மனதிலே ஒரு மறு

மற்றும்

மூன்று நாடகங்கள்

மனதிலே ஒரு மறு

மற்றும்

மூன்று நாடகங்கள்

கிருத்திகா

Title: Manathile Oru Maru
Author's Name: Krithika

Published by Ezutthu Prachuram

Ezutthu Prachuram
(An imprint of Zero Degree Publishing)
No. 55(7), R Block, 6th Avenue,
Anna Nagar,
Chennai - 600 040

Website: www.zerodegreepublishing.com
E Mail id: zerodegreepublishing@gmail.com
Phone : 89250 61999

Ezutthu Prachuram First Edition: March 2023
ISBN: 978-93-93882-75-2
TITLE NO EP: 430

Cover Design & Layout: Vijayan, Creative Studio
Printed at Clictoprint, Chennai, India

நாடகங்கள் எழுதவேண்டுமென்று என்னைத் தூண்டி உற்சாகம் ஊட்டின என் அருமை மீனாவிற்கு இவை சமர்ப்பணம்

குறிப்பு

இத்தொகுதியில் அடங்கிய 'விதியின் வினை' நாடகம் *கலைமக*ளில் வெளியானது. 'அரிச்சந்திரன்', 'கண்ணகி' இரண்டும் *எழுத்து* மாதப் பத்திரிகையில் வெளியானது.

'மனதிலே ஒரு மறு' 1959 ஏப்ரல் 14-ந்தேதி சென்னை வாணி அமெச்சூர்ஸ் குழுவினரால் முதன்முதலில் மேடையில் நடிக்கப்பட்டது. மீண்டும் 1960 மே 22-ந் தேதி சென்னை நாட்டிய சங்கத்தினரால் இந்த நாடகம் ஒரு திறந்தவெளி அரங்கில் நவீன முறையில் சபையினரிடையே அமைக்கப்பட்ட மேடையில் நடிக்கப்பட்டது.

பொருளடக்கம்

மனதிலே ஒரு மறு

அங்கம் - 1

(இடம் - காந்தி நகர். ஒரு அழகான வீடு. முகப்பு நவீனமானது. முன் பக்கத்து அறையில் உயர்ந்த சோபா, நாற்காலிகள், ஆனால், அதற்கு அடுத்தபடியாக பழைய மோஸ்தரில் கூடம், ஊஞ்சல் பலகை முதலியன. விசாலாட்சி அம்மாள் தரையில் போட்டிருக்கும் மணையில் உட்கார்ந்தபடி காய்கறி நறுக்கிக்கொண்டிருக்கிறாள்.)

விசாலாக்ஷி: *சங்கரா... சங்கரா... (சமையற்காரன் சங்கரன் வருகிறான்)*

சங்கரன்: *கூப்பிட்டீர்களா அம்மா...*

விசாலாக்ஷி: *ஆமாம். இந்த வாழக்காயை எடுத்துண்டு போ. முதலில் நன்னா வேகவெச்சுக் கொட்டி விடு. ஒரு சுண்டைக்காய் புளியைக் கரைச்சு விடு. நான் இந்தக் கத்தரிக்காயை வற்றல் போட நறுக்குகிறேன்.*

(அவள் பேசிக்கொண்டிருக்கும்போதே குப்புசாமி உள்ளே வருகிறான். வாய் நிறைய புகையிலை. ஒரு சோம்பேறி -ஊர்திரிபவன் - வாய்ச் சாலகமாய்ப் பேசுபவன்.)

குப்புசாமி: *என்ன அக்கா...? இன்னிக்கு சமையல் ரொம்ப ஜோரா...?*

விசாலாக்ஷி: *அதெல்லாம் ஒண்ணுமில்லை... அத்திம்பேருக்கு வாழைக்காய் கறின்னா உயிர். அதுவும் குழைய வேகவிட்டு...*

குப்புசாமி: *அது தெரியுமே! இருந்தாலும் ஒரு சமையற்காரன், ஒரு தாதி, ஒரு தோட்டக்காரன் - இத்தனை பேர் இருக்கிறபோது நீ ஏன் கறி நறுக்கணுமுன்னு கேக்கறேன்?*

விசா: *அதென்னமோ அப்பா... இத்தனை வருஷமா அப்படியே வழக்கமா போச்சு. நானே நறுக்கினாத்தானே திருப்தி. மேலும் போதுதான் போக வேண்டாமா?*

குப்பு: *அது இருக்கட்டும். இருந்தாலும் அத்திம்பேர் இத்தனே சம்பாதிக்கிறதே, நீ எதுக்கு ஆதிநாள் மாதிரி இப்படி உழைக்கணும்?*

விசா: *இதெல்லாம் உழைப்பா...? இதிலே ஒரு சந்தோஷமுன்னு வச்சுக்கோயேன். இல்லாட்டா அவருக்குப் பிடிக்கிறதை என் கையாலே...*

குப்பு: *சரி, சரி. அக்கா. உனக்குத் தெரிஞ்சது அவ்வளவுதான். இந்தப் பகவானே ஒரு வேடிக்கைப் பேர்வழின்னு சொல்லணும். அனுபவிக்கத் தெரியாதவர் கையில் பணத்தைக் கொட்டறார்.*

விசா: *(சிரித்துக்கொண்டே) உன் கையிலே கொடுத்தா நிமிஷத்திலே ஊதிப்பிடுவாய்.*

குப்பு: *(ரோசத்துடன்) அப்படி நான் சிலவழிச்சு நீ எப்போ பார்த்தே...?*

விசா: *ஆமாம், ஆமாம். தெரியாதாக்கும். ஏதோ அப்பன் வச்சுட்டுப் போனதை அழகா வச்சுண்டு குடியும் குடித்தனமாய் இருக்கயா? இப்படி...*

குப்பு: *ஏக்கா, நான் குஷியா, ஒரு மாதிரி பந்தமும் இல்லாமே இருக்கிறது உனக்குப் பிடிக்கலையா...?*

விசா: *குஷியாவது... ஊம்... இப்படி அலையறே வேறே என்ன பண்ணறே...?*

குப்பு: *அதெல்லாம் துப்புத்துலக்கக் கூடாது.*

விசா: *துப்பு என்ன? ஊர் அறிஞ்ச விஷயம்.*

குப்பு: *சரி அக்கா.... எல்லாரும் அத்திம்பேராட்டமா வேலை செய்ய ஆரம்பிச்சுட்டா...?*

விசா: *போருமே எனக்கு, உன்னோட விளையாட்டு. நெத்தி வேர்வை நிலத்திலே விழ வேலை செய்யறவாளுக்குன்னா தெரியும் அவர் அருமை. உனக்கு என்ன தெரியப் போறது......?*

குப்பு: *(உரக்கச் சிரித்து) அத்திம்பேருக்கு வேர்க்கிற மாதிரி எல்லாருக்கும் வேர்த்தா... சரிதான். அப்புறம் இந்த உத்திரிய வியாபாரம் ஒரேயடியா உசந்துவிடும்.*

விசா: *ஏதாவது புத்தி சொன்னா, அதைக் கேட்காமே... கிண்டல் பண்ணிட்டுப் போயுடுவே. அதுதான் உன் சமாசாரம் நன்னா தெரிஞ்சு இருக்கே.*

குப்பு: *ஏக்கா, நான் பாட்டுக்கு கவலை இல்லாமே இருக்கேன். ஏதாவது பிசினஸு, கிசினஸு பண்ணினா... அத்திம் பேரைப் பாரு...*

விசா: *எல்லாம் கவலைதான். பொறுப்பு எடுத்துண்டா அப்படித்தான். உனக்குத்தான் இரண்டும் வேண்டாமே...*

குப்பு: *பொறுப்பு எடுத்துக்கறது மாத்திரமா? எத்தனை போராட்டங்கள் தெரியுமா? மனசுலே எப்போதும் கலக்கம்தான்.*

விசா: *தெரியாத என்னடா? இப்போ என்னமோ நீ புதுசா சொல்ல வந்துட்டே.... தெரிஞ்சிதானிருக்கு.*

குப்பு: உனக்குத் தெரியுமுன்னு தோணலை. நீ எப்பவுமே வெகுளி.

விசா: ஆமா...ம் இதெல்லாம் புருஷா காரியம், நாம் என்னத்துக்கு தலையிடணுமுன்னு இருந்தா ஒண்ணுந் தெரியாது. அசடுன்னு அர்த்தமா? நீ ஏதோ நினைச்சுண்டிருக்கே. அவர் கஷ்டம் எனக்குத் தெரியும்.

குப்பு: அதென்னமோ அந்த நாளிலோ நீ பொறுமையா ஒத்த ரூமிலே குடித்தனம் பண்ணிண்டு, சிணுங்காமே, வந்ததை வச்சுண்டு இருந்தே... அதென்னமோ நிஜம்தான். அந்த மட்டுக்கும் நீ அறிவோடே நடந்திண்டே. ஆனா அத்திம்பேர் பிசினஸ் என்ன...? அவர் முன்னுக்கு வந்தது எப்படி? இதெல்லாம் உனக்குத் தெரியுமோ?

விசா: *(சற்றுக் கிண்டலாய்)* எனக்குத் தெரியாது, ஆமாம் நீ சொல்ல வந்துட்டாய். ரொம்ப தெரியும் பாரு.

குப்பு: அப்படி இல்லை அக்கா. நீ என்னமோ அத்திம்பேரை ரொம்ப பெரிய பேர்வழின்னு நினைச்கண்டு இருக்கே. அவர் எப்படி பிசினஸ் பண்ணினார்னு என்னைக் கேட்டா அல்லவா தெரியும்?

விசா: *(இன்னும் ஏளனமாக)* ஓகோ... உன்னேதான் கேட்கணும். லட்ச லட்சமா சம்பாதிச்சுக் கொட்டறே பாரு. பேச வந்துட்டான். உங்க அத்திம்பேரைப் பற்றிச் சொல்ல வந்துட்டாயா...? அதுவும் உங்கக்காகிட்டே....

குப்பு: *(கொஞ்சம் சந்தேகமாய்)* அப்போ... உனக்கு விஷயங்கள் தெரியுமோ...?

விசா: எனக்கு எல்லாம் தெரியும். அவருக்கு என்கிட்டே இருந்து ரகசியம் கிடையாது.

குப்பு: இல்லே... ஒரு சங்கதி உனக்குத் தெரிஞ்சிருக்க முடியாது. அப்படி இருந்தா நீ இப்படி நிம்மதியா இருப்பாயா?

(அப்போது நீலா உள்ளே வருகிறாள். அவள் துருதுருவென்றிருக்கும் 18 வயதான ஓர் அழகிய பெண். பேச்சில் எடுப்பு; நடையில் ஒய்யாரம்.)

நீலா: மாமா! எப்போ வந்தே... (சந்தோஷமாய்)

குப்பு: இப்போதான். மருமாளைப் பார்க்காமே கண் பூத்துப் போச்சு. நீ புக்ககம் போனா என்ன பண்ணுவேனோ?

விசா: போ, மாமா. உனக்கு எப்பவும் பரிகாசம்தான்.

குப்பு: ஏன்? நீ கல்யாணமே பண்ணிக்கப் போறதில்லையா?

நீலா: (முகம் சிவக்க) என்ன மாமா, இந்தப் பேச்சு எனக்குப் பிடிக்கலை.

குப்பு: எந்தப் பேச்சு? கல்யாணம் பண்ணிக்கறதா, பண்ணிக்காமல் இருக்கறதா?

நீலா: ஐயோ... அம்மா... பாரேன் இந்த மாமா வாயிலே ஆப்ட்டுண்டா... அப்புறம்..?

விசா: ஏண்டா... நானும்தான் கேக்கறேன். சும்மா குழந்தையே ஏன் நையாண்டி பண்ணறே...

குப்பு: ஏக்கா, கல்யாணம் உண்டான்னுதானே கேட்டேன்...

(தாயாரும் பெண்ணும் ஒருவருக்கொருவர் பார்த்துக்கொள்கிறார்கள். சொல்லலாமா வேண்டாமா என்று கேட்பது போல் இருக்கிறது, அந்தப் பார்வை. குப்புசாமி கெட்டிக்காரன். அவனும் ஏதோ விசேஷம் இருப்பதை ஊகித்துவிடுகிறான்)

விசா: அதுக்கென்ன? எல்லாம் வேளை வரணும். அப்புறம் உங்க அத்திம்பேருக்கும் மனசு வரணும்.

குப்பு: ஓகோ... விஷயம். அத்தனே தூரத்துக்கு வந்துடுத்தா? அத்திம்பேருக்குத் தெரியாமே இங்கு பிளானோ...?

நீலா: இதென்ன மாமா பேச்சு? அழகாயில்லேயே!

குப்பு: நான் பேசறது அழகாயில்லே... நீங்க, அம்மாவும் பொண்ணுமா யோசிக்கிறது அழகா இருக்கு இல்லே...?

விசா: இதோ பாரு, குப்பு. அப்படியொண்ணும் நீ நினைக்கிற மாதிரி நாங்க செய்யலை. ஏதோ குழந்தைகள் இரண்டு பேருக்கும் பிடிச்சிருக்கு.

நீலா: அவரைப் பார்த்தா உனக்குக்கூட பிடிச்சிடும் மாமா. (கெஞ்சும் பாவனையில்) ஆனா அப்பாகிட்டே மாத்திரம் சொல்லிப்பிடாதே.

குப்பு: சரிதான் கண்ணு. உன் மனசுக்குப் பிடிச்சவன், எனக்கும் பிடிச்சுடுத்து. ஆனா அத்திம்பேரோடே சொல்லாமே எப்படின்னு கேக்கறேன்.

விசா: உன்னைப் போல் எனக்கும் ஆசைதான். ஆனா அவர்கிட்டே சொல்ல பயமாயிருக்கு.

குப்பு: ஏன்...? பிள்ளை அசடா? படிப்பில்லையா?

நீலா: (ஆவலுடன்) எல்லாம் இருக்கு மாமா... நல்ல படிப்பு தெரியுமா? மூணு வருஷத்துக்கு முன்னாலே நான் காலேஜ் சேந்தப்போதான் அவர் ஃபர்ஸ்ட்டா பாஸ் பண்ணினார். அதிலேயிருந்து பார்த்தபடியிருக்கேன். அப்புறம் இரண்டு வருஷமா சீமையிலே படிச்சார்.

குப்பு: சரிதான் போடி. ஏகப்பட்டதா அடுக்கறயே....

விசா: அவ சொல்றதிலே பிசகில்லே... பிள்ளை நல்ல கெட்டிக்காரன். அதென்ன மினரல்சையின்சா..... அதென்னமோ சொல்றாளே... அதிலே சீமை டிகிரி வேறே இருக்காம்.

குப்பு: யாருன்னு சொல்லாமே...

விசா: எல்லாம் தெரிஞ்சவாதான். தங்கமான குணம். ஆனா அத்திம்பேருக்கு...

நீலா: *மாமா... பார்க்கக் கூட.... (தலை குனிகிறாள்)*

குப்பு: *அடடா... எல்லாம் நீங்க அம்மாவும் பொண்ணுமா நிச்சயதாம்பூலங்கூட நடத்தி... யாரு அந்தப் பிள்ளை... இத்தனை மேதாவி.... ஆனா அத்திம்பேருக்குப் பிடிக்காதவன்...?*

விசா: *யாரு...? நம்ப ரிட்டயர் கோபாலய்யர் பிள்ளைதான்.*

குப்பு: *(ரூள் அடித்தபடி) அப்படியா? அதான் நீங்க பயப்படறேள். அத்திம்பேருக்கு அவாள கண்டா கிட்டமுட்ட ஆகாதே...*

நீலா: *அம்மா, எனக்கு காலேஜுக்கு நாழியாச்சு. நான் போய் ட்ரெஸ் பண்ணிக்கிறேன்... நீ மாமாகிட்டே விவர மெல்லாம் சொல்லு. மாமா மாதிரி ஒத்தரும் யோசனை சொல்ல முடியாது.*

குப்பு: *ஆம்.... கண்ணு. நீ போயிட்டு வா. நான் பார்த்துக்கறேன். குப்புவோ... கொக்கோ... (அவன் எம்பி நிற்பதைப் பார்த்துச் சிரித்துவிட்டு நீலா போகிறாள்.)*

விசா: *என்ன செய்யலாம்? குழந்தே மனசு இப்படி இருக்கு. அவனும் ரொம்ப சமத்து. அடக்கமாயிருக்கான். ஊர் வம்பைக் கேட்டுண்டு இருக்கப்படாதுன்னு எனக்கு... கோபாலய்யர் எப்படி இருந்தால் நமக்கென்னன்னு எனக்குத் தோணறது. ஆனா அவர்கிட்டே இந்தப் பேச்சை எடுக்கவே பயமாயிருக்கு.*

குப்பு: *ஆமாம். அவர் எப்போ வருவார்?*

விசா: *சாப்பிட வந்துடுவார். யாரோ இரண்டு பேர் புதுசா ஏதோ தொடங்கணும், உங்க ஒத்தாசை வேணுமுன்னு வந்தா... போயிருக்கார்.*

குப்பு: *அப்போ, அத்திம்பேர் புதுசு புதுசா இன்னமும் பிசினஸ் தொடங்கறார்னு சொல்லு.*

விசா: *ஆமாம். போருமே. எல்லாம் ஏகப்பட்டது*

சேத்தாச்சு. இனிமேல் எதுக்கு, கொஞ்சம் ஓய்வுதான் எடுத்துக்குங்கோன்னா கேட்டாத்தானே!

குப்பு: நான் கூட அத்திம்பேருடன் ஒரு காரியமாய் பேசத்தான் வந்தேன். அதையும் சொல்லி, இந்தக் கல்யாண விஷயத்தையும் பிரஸ்தாபிக்கட்டுமா?

விசா: வேண்டாம்... வேண்டாம். கல்யாணத்தைப் பத்திப் பேசாதே. அப்புறம் தாறுமாறா கத்த ஆரம்பிக்கப் போகிறார்.

குப்பு: சரி, அப்போ நீயே சொல்லு.

விசா: எனக்கும்தான் தைரியமில்லை.

குப்பு: நீ விஷயத்தை அத்திம்பேரிடமிருந்து ஒளிச்சா, அப்புறம் சங்கதி கொஞ்சம் விகாரமா போயுடும். குழந்தைகள் சற்று இரண்டும் கெட்டான் ஆச்சே?

விசா: ஆமாம். அதுவும் பயமாயிருக்கு.

குப்பு: (அவளை உவப்புடன் பார்க்கிறான்) தேவலே அக்கா. நீ புரிஞ்சுண்டுட்டயே...!

விசா: புரிஞ்சுக்காமே என்ன? இளம் பொண்ணே இப்படி காலேஜ், இது அதுன்னு விட்டா... அது சிறிசுதானே.... பார்க்கிற வாலிபனோட சினேகிதம் பண்ணிக்கும். அப்புறம் நவநாகரிக முறையிலே அடிக்கடி பாத்துப்பா. யாராவது பார்த்துட்டு ஏதாவது நினைச்சுப்பா. செல்லம் கொடுத்து, இப்படியெல்லாம் இடம் கொடுத்து வளர்த்தா அப்படித்தான். அது அப்போ சொன்னா அவருக்குத் தெரிஞ்சுதா? (பெருமூச்சு விடுகிறாள்.)

குப்பு: அதுக்காகத்தான் சொல்லறேன், விஷயத்தைச் சொல்லத்தான் சொல்லணும்னு. இல்லாட்டா....

விசா: ஒண்ணும் நடக்காது; சும்மா கூச்சல் போடுவார்.

குப்பு: சொல்லிப் பாரு.

விசா: அவர் மாட்டேன் என்பார். அப்புறம் சிறிசுகள், ஏதாவது எக்கச்சக்கமாக பண்ணி வைக்குங்கள்.

குப்பு: (தன் தமக்கையின் புத்தி சூட்சுமத்தைக் கண்டு மேலும் ஆச்சரியத்துடன்) இருந்தாலும் சொல்லிப் பாரு. நான் அப்புறம் சாப்பிடற சமயத்துக்கு வரேன்.

(நீலா உடைகளை மாற்றிக்கொண்டு வருகிறாள். விசாலாக்ஷி அம்மாள் கத்தரிக்காய் வற்றலை வெளியே காயப்போட கொண்டு போகிறாள்.)

நீலா: ஏன் மாமா போறயா..? ஒண்ணும் யோசனை சொல்லலையா...?

குப்பு: யோசனை நிறைய இருக்கு. அப்புறம் சமயம் பார்த்துச் சொல்லறேன்.

நீலா: (கெஞ்சுவது போல்) இல்லை மாமா. இப்போ கொஞ்சம் சொல்லேன்.

குப்பு: கோபாலய்யர் குடும்பத்தை எனக்கு நன்னாத் தெரியும். அவரோடே ஒண்ணுவிட்ட மாமாவுக்குத்தான் எங்க பெரியம்மா வாக்கப்பட்டா.

நீலா: அப்போன்னா நீ போய் பேசிப் பார்க்கறயா...?

குப்பு: ஆகட்டும்; பார்க்கிறேன். அதுக்குள்ளே அவசரப்படறேயே. அது கிடக்கட்டும். நீயும் உங்கப்பாகிட்டே விஷயத்தைச் சொல்லு.

நீலா: ஐயோ மாமா, அப்பா கூச்சல் போடுவாரே...

குப்பு: பரவாயில்லை. முதல்லே கத்துவார். அப்புறம் சரியா போயிடும். நீ செல்லப் பொண்ணு ஆச்சே!

நீலா: என்ன ஆசையா இருந்தாலும் அவரோடே தைரியமாப் பேச பயம்தான்.

குப்பு: அதெல்லாம் இல்லை. உன்னை நன்னாப் படிக்க வைக்கணும்; நல்ல இடத்திலே கொடுக்கணும்....

அதுதான் அவரோடே முதல் கவலை. அதுக்காகத்தான் இத்தனை உழைப்பும் சம்பாத்தியமும். எனக்குத் தெரியும் அவரை. ஒவ்வொருத்தர் வீடு கட்டணும், சீமைக்குப் போகணும், பதவி வேணும், பெயர் வேணும்னு நினைப்பா. அத்திம்பேருக்கு உன்னை விட்டா உலகம் இல்லே. நான் சொல்லித்தரேன் பாரு. முதல்லே அவர் வந்தவுடன் குஷியா பேசி சந்தோஷமா சிரிச்ச மூஞ்சியோடு தயார் பண்ணு. அப்புறம் நானும் அம்மாவும் பாத்துக்கிறோம்.

(போகிறான். அவன் போனவுடன் விசாலாக்ஷி அம்மாள் வருகிறாள்.)

விசா: குப்பு, ஆத்துக்குப் போயிட்டானா?

நீலா: அப்புறமாய் அப்பாவைப் பார்க்க வரதாகச் சொல்லிண்டு, இப்போத்தான் மாமா போனா.

விசா: சரி, நீ போய் சாப்பிடு; உனக்கு நாழிகை ஆச்சு.

நீலா: ஏம்மா, அப்பாகிட்டே சொல்லப் போறயா....?

விசா: *(பெருமூச்சுடன்)* சொல்லித்தான் ஆகணும். எத்தனை நாளைக்கு இப்படி மூடி வைக்கிறது? நீ அவனை அடிக்கடி பார்க்கறது அவருக்குத் தெரிஞ்சா, அப்புறம் பிரமாதமா கோபம் வருமே. அதைவிட சொன்னப்பறம் எப்படி கூத்தாடினாலும் தேவலை.

(நீலா ஏமாற்றத்துடன் போகிறாள். விசாலாக்ஷி அம்மாள் கவலை தோய்ந்த முகத்துடன் ஊஞ்சல் பலகையில் உட்காருகிறாள். அடுத்த நிமிஷம் விசுவநாதய்யர் உள்ளே வருகிறார். அவர் நடையில் விறுவிறுப்பு: முகத்தில் கம்பீரம். ஜரிகை அங்க வஸ்திரத்தினால் முகத்தை ஒத்திக் கொள்கிறார். சிலுக்கு ஜிப்பா. சிரித்துக் கொண்டே...)

விசுவநாதன்: என்ன விசாலம்... கறி காய் நறுக்கினது களைப்பா இருக்காக்கும்? இதுக்கே இப்படின்னா... அப்போ

என்னைப் போல இருந்தா.... உனக்கு எத்தனை சிரமம். (மார்பைக் கொஞ்சம் விரித்துக் கொள்கிறார்).

விசா: *(அவருக்கு இடம் கொடுக்கும் பாவனையில்) உங்களைப் போல் எல்லோருக்கும் இருக்கமுடியுமா?*

விசுவ: *(சட்டென்று அவளைச் சந்தேகத்துடன் பார்க்கிறார். பிறகு அது தெளிந்த மாதிரி) அதெல்லாம் ஒண்ணுமில்லே என்கிறேன். இருந்தாலும் உன்னோடே சொல்லாத வேறு யாருகிட்டே சொல்லறது?*

விசா: *அது விஷயம் எனக்குத் தெரியாதா என்ன? ஏதோ இந்த மட்டுக்கும் பகவான் கிருபையால் நன்னாயிருக்கு. நமக்கு இருக்கிறதெல்லாம் ஒண்ணே ஒண்ணு.... கண்ணே கண்ணுன்னு. யார் கண்ணும் படாமல் நீலா நன்னாயிருக்கணும்.*

விசுவ: *(சற்று திடுக்கிட்டவாறு) என்ன சங்கதி? நீலாவுக்கு ஏதானும் ஆயுடுத்தா...?*

விசா: *அதெல்லாம் ஒண்ணும் இல்லே. உங்களுக்கே பதற்றம் ஜாஸ்தி. கடைசி வரையில் எல்லாம் நன்னா நடக்கணுமேன்னு பிரார்த்திச்சுண்டேன்.*

விசுவ: *திடீரென்று உனக்கேன் இப்படி கவலை?*

விசா: *இல்லே.... நீங்க எத்தனையோ கஷ்டப்பட்டு இந்த உயர்தர இடத்துக்கு வந்திருக்கேள். பார்க்கிறவாளுக்கு இது தெரிகிறதா? சும்மாவானாலும் அசூயைப்படறா. அதைப் பார்த்தா பயமா இருக்கு.*

விசுவ: *ஏன்? யாராவது ஏதாவது சொன்னாளா?*

விசா: *(தலையை அசைத்தவாறு) இல்லே... இல்லே.... நானாகச் சொல்லறேன். தெய்வத்துக்குப் பொறுக்கணுமேன்னு பயப்பட்டேனே ஒழிய, மனுஷாள் சொல்வதற்குப் பயப்பட்டு முடியுமா? எதற்காக பயப்படணும்? யாருக்காவது, எப்போதாவது கெடுதல் செய்திருந்தாத்தானே பயப்படணும்? நாம்தான்*

சொப்பனத்திலே கூட பிறத்தியார் சொத்தை அபகரிக்க நினைச்சது கிடையாதே. நம்ம மனசிலே ஒரு மறு இருந்தால்தானே!

விசுவ: *(சந்தேகத்துடன் சிரிக்கிறார்)* இன்னிக்கு உன் மனப்போக்கே எனக்குப் பிடிக்கவில்லை. எப்போதும் நிதானமாய் பேசுவாயே... உனக்கு இன்னிக்கு என்ன ஆச்சு தெரியலை.

விசா: ஒண்ணும் இல்லை. குழந்தைக்கு வயசாறது. கல்யாண சமயம் வந்துடுத்தேன்னு நினைச்சுண்டேன். உடனே கவலையா இருந்தது. இப்படியே மனசு ஒண்ணில் இருந்து ஒண்ணுக்குத் தாவிடுத்து.

விசுவ: *(அச்சம் நீங்கினாற் போல்)* அவ்வளவுதானே! என்னவெல்லாமோ நினைச்சுட்டேன். நீலா கல்யாணத்தை விமரிசையா பண்ணிட்டாப் போறது. அதுக்கு நீ இத்தனே கவலைப்பட வேண்டாமே.

விசா: ஊம்.... பணமிருக்கு.... அழகு இருக்கு... படிப்பு இருக்கு....

விசுவ: அப்படி வா வழிக்குன்னேன். அவளுக்கு என்ன குறைச்சல்? அவளுக்குச் செய்யணும் கொடுக்கணும்னுதானே இத்தனையும் கோட்டை கட்டி இருக்கேன். நீ சும்மா இரு. ஒரு நல்ல பிள்ளையைப் பிடிச்சுடறேன்.

விசா: ஆம்... எல்லாம்தான் இருக்கு. இருந்தாலும் அவ மனசுக்குப் பிடிச்சவன் வரணுமேன்னு கவலையா இருக்கு.

விசுவ: இதென்ன இப்படிப் பேசறே, விசாலம்? எனக்குப் பிள்ளை பார்த்துப் பொறுக்கத் தெரியாதா? நான் தேர்ந் தெடுக்கிற பிள்ளையை வேண்டாமுன்னு நீலா சொல்ல முடியாது.

விசா: *(இழுத்தவாறு)* என்னமோ படிச்ச பொண்ணு... காலேஜுக்குப் போறா. இந்த நாளில் பெண்களுக்குத் தானாக யோசிக்கத் தெரியறது, பேசத் தெரியறது.

அதைத் தவிர... நீலாவை நாம் அவள் இஷ்டப்படி விட்டுச் செல்லமா வளர்த்துட்டோம்.

விசுவ: (கொஞ்சம் விளையாட்டாக) நீ சொல்றதைப் பார்த்தா ஏதோ நான் ஒரு பையனை ஏற்கெனவே பிடிச்சுவிட்டாப் போலேயும், நீலா மாட்டேன்னு அடம் பண்ணறாப் போலேயும் அல்லவா பேசறே? உனக்கு என்னத்துக்கு இந்த வீண் கவலை. இப்போதைக்கு நான் நீலாவுக்குக் கல்யாணம் பண்ணப் போறதில்லை. குழந்தையாட்டமா அவதான் கொஞ்ச நாள் இப்படியே நம்மாத்தில் இருக்கட்டுமே.

விசா: (சந்தேகத்துடன்) அது சரி. ஆனால் அதை ரொம்ப நாளைக்குச் செய்ய முடியுமா?

விசுவ: (பரிகாசமாய்) நீ ஏதாவது வரண் கிரண் பார்த்துட்டையா என்ன?

விசா: நான்... நான்... பார்க்கலை.

விசுவ: ரொம்ப வேடிக்கையா இருக்கே. அடுத்தபடியா நீலாவே பார்த்துட்டான்னுகூடச் சொல்லுவே போலிருக்கே.

விசா: அப்படித்தான் ஆயிருக்குன்னு தோண்றது.

விசுவ: (திகைப்புடன்) உனக்கென்ன பைத்தியமா? நீ என்ன சொல்லறேன்னு உனக்கே புரியலைன்னு நினைக்கிறேன்.

விசா: (மிக்க நிதானமாய்) பொண்ண படிக்கவைச்சு, அவ பெரியவளாகிற வரையில் கலியாணம் பண்ணாத வெச்சா, அவ அப்படியே சின்ன பாப்பா மாதிரி இருப்பான்னு நினைச்சுண்டேளா?

விசுவ: கொஞ்சம் அறிவும் சுதந்திரமும் கொடுத்த உடனே இஷ்டப்படியெல்லாம் போகணும்ன்னு இருக்கா? அது கிடக்கட்டும். நீ ஏதோ சொல்லப் பார்க்கறே.... சொல்லித் தொலையேன். ஏன் குழப்பறே....?

விசா: மூணு வருஷத்துக்கு முன்னாலே அந்தப் பிள்ளையைக் காலேஜில் பார்த்தது முதல் நீலாவுக்கு அவனைப் பிடிச்சுப் போச்சு. அதென்னமோ அவள் - அவனையே மனசிலே நினைச்சுண்டு இருக்கா.

விசுவ: தகப்பனான நான், அவன் யாருன்னு கேக்கலாமா?

விசா: அதுதான் கோபாலய்யர் பிள்ளை ராமு.

விசுவ: *(அவர் சுயரூபம் உடனே உக்கிரமாய் மாறுகிறது)* கோபாலய்யர் பிள்ளையா? அவனா... அவனா... அந்தப் பொம்மனாட்டியைத் தலையிலே வச்சுண்டு கூத்தாடறானே... அந்த வெட்கம் கெட்ட மனுஷன்.... அவனோட பிள்ளைக்கா என் நீலாவைக் கொடுக்கிறது? என்ன மதியில நீ நீலாவுக்கு இடம் கொடுத்தே. நான் சம்மதிக்கவே மாட்டேன்.

விசா: நான் இடமும் கொடுக்கலை.... ஒண்ணும் இல்லே. அந்தப் பொண்ணு மனசிலே இந்த ஆசை இருக்கு. பெத்தவளோ இல்லையோ.... என்கிட்டே சொல்லித்து. அவ சந்தோஷம்தானே முக்கியம்.

விசுவ: அவளுக்கு எது சந்தோஷம், எது நல்லதுன்னு எனக்குத் தெரியாதா...? உன் மூளை ஏன் இப்படிப் போறது? அந்த மனுஷடைய பிள்ளையைப் பண்ணிண்டா நீலா சந்தோஷப்பட மாட்டாள்.

விசா: ஏதோ அவ அப்பாவுக்குச் சின்னக் குழந்தைகளை வச்சுண்டு கஷ்டமாய் இருந்தது. மச்சினியை தங்கையைத் துணைக்குக் கூப்பிட்டார். இதிலே என்ன பிசகு...?

விசுவ: *(கோபாவேசத்துடன்)* பிசகா? பிசகா? ஊர் முழுக்க அவனையும் அவன் மச்சினியையும் சேர்த்து...

விசா: சொல்லட்டுமே.... மனுஷன்னா குத்தம் செய்யாமே இருப்பாளா? நாமும்தான் அறிஞ்சும் அறியாமலேயும் எத்தனையோ செய்யறோம்.

விசுவ: (அவளை வெடுக்கென்று பார்க்கிறார்) என்ன விசாலம் என்ன மாதிரி அர்த்தத்திலே சொல்லறே...?

விசா: ஒரு அர்த்தமும் இல்லே. இதெல்லாம் பெரிசு பண்ணக் கூடாது. நீலாவோட எதிர்கால வாழ்க்கை சுகத்தைப் பற்றி யோசிக்கணும்ன்னு சொல்ல வந்தேன்.

விசுவ: நானும் அதையேதான் யோசிக்கச் சொல்றேன். அந்த கோபாலய்யருடன் ஒரு நாளும் சம்பந்தம் கூடாது.

விசா: நீங்கள் இப்படிப் பிடிவாதம் பண்ணினா கொஞ்சம் கஷ்டமாத்தான் இருக்கப் போகிறது. இந்தப் படிச்ச பொண்கள்....

விசுவநாதன்: சரி சரி... திரும்பித் திரும்பி நான் படிக்க வெச்சதைக் குத்தமாய்ச் சொல்லிக் காட்ட வேண்டாம். உன் பொண்ணை அடக்க வழி பாரு.

விசாலாக்ஷி: அப்புறம்.... நான் சொல்லலேன்னு சொல்லாதேயுங்கோ...

விசுவ: என்ன ரொம்ப தைரியம் வந்துடுத்துப் போலிருக்கே... பயமுறுத்தறயே...

(நீலா வருகிறாள்.)

நீலா: அப்பா, கோடையூர் போனா எனக்குக் கொஞ்சம் புஸ்தகங்கள் வாங்கிண்டு வரேளா?

(விஸ்வநாதய்யருடைய கடுகடுப்பைக் கவனித்துவிட்டு அங்கே நடந்த விஷயங்களை ஊகித்துச்கொண்டு சற்று மலைத்து நிற்கிறாள். விசுவநாதய்யர் தன்னைச் சமாளித்துக் கொண்டு...)

விசுவ: ஆகட்டும், அம்மா. நீலா, நீ சாப்பிட்டாச்சோ... (விசாலாக்ஷி அம்மாள் 'பேசாதே' என்று பெண்ணுக்குச் சைகை காட்டுகிறாள். நீலா அதைக் கண்டு....)

நீலா: அப்பா, (கூச்சத்துடன்) என் பேரில் கோபமா?

விசுவ: *(சிரமத்துடன்) உன் பேரிலே என்ன கோபம்? ஏதாவது பிசகு இருந்தா அது உன்னால் இல்லே... (பிறகு பேச்சைத் திருப்ப எண்ணி) இன்னிக்குக் காலேஜில் விசேஷமோ?*

நீலா: *ஆமாம். இன்னிக்குக் கூட்டத்திற்கு பிரின்ஸிபால் தலைமை வகிக்கப் போகிறார். அப்பா.... ரொம்பக் கோபமா?*

விசுவ: *இல்லை.*

நீலா: *நீங்க எத்தன கோவிச்சுண்டாலும் சரிதான் அப்பா. ஆனா இந்த விஷயத்திலே கூடாதுன்னு மாத்திரம் சொல்லாதேங்கோ...*

விசுவ: *என்ன யாரு கேட்டா? என்ன லட்சியம் பண்ணி என்னோட அனுமதி கேட்டாத்தானே நான் சொல்லணும்.*

நீலா: *அப்பா, அப்படிச் சொல்லாதேயுங்கோ... உங்க மனசு நோக நான் நடப்பேனா?*

விசுவ: *அப்படியா?*

நீலா: *ஆமாம், உங்க மனசு புண்பட எதுவும் செய்ய மாட்டேன்.*

விசுவ: *அப்படியானால் இந்தப் பையனுடைய நினைவை அடியோடே விட்டுவிடு.*

நீலா: *(திடுக்கிட்டு) அப்போ... உங்களுக்கு மாத்திரம் என் மனசை புண்படுத்தப் பிடிச்சிருக்கா...?*

விசுவ: *(கோபத்துடன்) உன் சந்தோஷத்த நினைக்காமலேதான் இத்தனை நாள் உன்னை வளர்த்து, படிக்க வச்சு...*

நீலா: *அப்படிச் சொல்லலே அப்பா. நீங்க கோபமா.... ஏதேதோ....*

விசுவ: *பின்னே யாருக்காக இத்தனை உழைச்சேன்னு நினைச்சே. இத்தனை கவலையும் இத்தனை கஷ்டமும்*

உனக்காகத்தான் பட்டேன். என் சின்ன வயசிலே நான் ஒரு சுகம், ஒரு ஆசை, ஒரு ஆனந்தம் அனுபவிச்சது உண்டா? சின்ன வயசிலே எல்லாம் உழைச்சு உழைச்சு உன்ன நன்னா வைக்கணுமுன்னுதானே பணம் சேர்த்தேன்.

நீலா: அப்பா, பணத்தினாலே சந்தோஷம் உண்டாகுமா?

விசுவ: சை, வாயை மூடு. எனக்கே புத்தி சொல்ல வந்துட்டாயாக்கும்!

நீலா: (தீர்மானமான தொனியில்) உங்க பணத்தைவிட எனக்கு என் மனசில் நிலைச்சவர்தான் முக்கியம். (மேலே சொல்ல முடியாமல் தயங்குகிறாள்.)

விசுவ: (விசாலாக்ஷி அம்மாளிடம்) நீ சொல்றது சரி. இவள படிக்க வெச்சது பிசகு. வாய் அதிகமாய்ப் போச்சு.

விசா: கொஞ்சம் நிதானமாய்ப் பேசுங்களேன். குழந்தைதானே?

விசுவ: நீ வேறே அவளுக்குப் பரிஞ்சுண்டு வந்துட்டாயா?

(நீலா அழுகிறாள்.)

விசா: வாம்மா நீலா. நாம் உள்ளே போவோம். அப்பா மனசுபோலே இருக்க நீ கத்துக்க வேண்டாமா?

(குப்புசாமி வருகிறார். விசுவநாதய்யர் அவனை முறைத்துப் பார்க்கிறார்.)

விசுவ: நீயும் இதுக்கு உள் கையோ?

குப்பு: அடடா... என்ன சமாசாரம்? நான் ஒரு பாபத்தையும் அறியேனே...!

விசா: நாம் போகலாம் வாம்மா...

(இருவரும் போகிறார்கள்.)

விசுவ: ஆமாம் நீ செஞ்சிருக்கும் பாவத்தை எல்லாம் கணக்குப் போடுறதைவிட ஒரு பாவம்கூட செய்யலேன்னு சொல்லிடறது தேவலை?

குப்பு: *சரியாப் போச்சு. அத்திம்பேரே இன்னிக்கு ரொம்ப கோபமா இருக்கேளே! ஏதோ பிசினஸ் பேசலாமென்று வந்தேன். சரி நான் வேணா அப்புறமா வறேன்.*

(போக யத்தனிக்கிறான்.)

விசுவ: *(சந்தேகத்துடன்) பிசினஸா? அதில் வேறு இறங்கி இருந்தாயா? உனக்கு பிசினஸ் வேறா?*

குப்பு: *என்ன அப்படி கேக்கறேள்? உங்களுக்கு மாத்திரம்தான் அது செய்ய உரிமையா?*

விசுவ: *சரி, சரி, உங்க விஷயம்தான் தெரிஞ்சு கிடக்கே... எதுக்கு இத்தனை பீடிகை? ஏதோ கேக்க வந்திருக்கே... விஷயம் என்ன தலைக்கு மேலே போயுடுத்தோ?*

குப்பு: *(சற்று வீம்புடன்) அப்படியெல்லாம் ஒன்றுமில்லை. எல்லாம் ரொம்ப அழகா நடக்கிறதுன்னு சொல்லத்தான் வந்தேன்.*

விசுவ: *அப்படியா? சும்மா சொல்லத்தானே வந்தே?*

குப்பு: *ஆமாம். என்னோட நிலபுலன்களைக் கவனிக்கக் கோடையூர் போனேன். உங்களுக்குத் தெரியுமே... அங்கே எனக்கு நஞ்சைநிலம் இருக்குன்னு... அங்கே போயிருந்தேனா; போன இடத்திலே பஞ்சாபகேசனைப் பார்த்தேன். அப்படியே இங்கே வந்தேன். அத்திம்பேரே, அவன் ஒரு கம்பெனி தொடங்கப் போறானாம். அது விஷயத்தை உங்களிடம் சொல்லத்தான் வந்தேன்.*

விசுவ: *அப்படியா பஞ்சாபகேசனுக்கு பிசினஸ்னா இன்னதுன்னு தெரியாதே...*

குப்பு: *என்ன அப்படி சொல்றேள்? பஞ்சாபகேசன் ஒரே யோசனைப் பேர்வழி ஆச்சே. அவன் என்ன செய்திருக்கான் தெரியுமா? அவன் அப்பா ஏதோ நிலம் வாங்கிப் போட்டுட்டு கவனிக்காமே போயிட்டார். அதிலே ஏராளமாய் லோகம் இருக்காம்.*

முக்காலும் தாமிரமாம். பஞ்சாபகேசன் ரொம்ப கெட்டிக்காரன். பார்த்தான். நஞ்சை புஞ்சைன்னு இந்த நிலங்களைச் சாகுபடி பண்றதைவிட இந்தத் தாமிரத்தில் லாபமிருக்குன்னு அவனுக்குத் தெரிஞ்சு போச்சு. உடனே சட்டுன்னு நிலத்தையெல்லாம் வித்தான்.... வெட்ட, தோண்ட குத்த, எல்லாத்துக்குமா ஏகமா ஜெர்மனியிலிருந்து மிஷின் வாங்கிறான். தொடங்கிவிட்டான் பிசினஸ், அத்திம்பேரே.... கோடையூர் மினரல் கம்பெனி! எப்படி... பார்க்கிறேளா லாபத்தை... நான் கூட ஷேர் வாங்கிட்டேன்னா பாருங்கோ.....

விசுவ: அட... நீ கூடவா.... பித்துக்குளிகள் ஷேர்கள் வாங்கினா அதுகள் விலை இறங்க ஆரம்பிக்குமே...

குப்பு: இங்கே பேசக்கூடாது... என்ன? முதலை வாரி எறச்சிருக்கோன்னா.... நாணா, அதான் பஞ்சாபகேசன் தகப்பனாரை உங்களுக்குத் தெரியுமே. நாணா ஒரு லட்ச ரூபாய்க்குத் தரை வாங்கினானாம். இப்போ பஞ்சாபகேசன் நிலத்தை விற்று, இரண்டு லட்ச ரூபாய்க்கு மிஷின் வாங்கி இருக்கான். என்ன நினைக்கறேள்? பிசினஸ், அத்திம்பேரே, பிசினஸ்.

விசுவ: போக்கழிந்து போ... பிசினஸாம். இருக்கிற குறை சொத்தையும் தொலை.

குப்பு: அதெல்லாம் ஒண்ணுமில்லை. பார்த்துண்டே இருங்கோ... ஆமாம் அத்திம்பேரே..... இதுலே ஏகப்பட்ட லாபம் வரும்.

விசுவ: இருக்கட்டுமே! நீ நன்னாயிரு.

குப்பு: அதுக்கில்லே. நீங்க கொஞ்சம் பணம் போடுங்களேன். ஒரு நிமிஷத்திலே ஷேர் விலை ஏறி லாபம் வந்துடும்.

விசுவ: எதுக்கு இந்த வம்புப் பேச்செல்லாம்? கம்பனி தொடங்க, முதல் என்கிட்டேயிருந்து பிடுங்கப் பார்க்கிறே... உன் தந்திரமெல்லாம் எனக்குத் தெரியாதா என்ன?

குப்பு: நல்ல பிசினஸ் ஆச்சே. உங்களுக்குச் சொல்லுவோம். நீங்க தெரியாமே அசட்டுத்தனம் போயிடப் போறேளேன்னு வந்தா இப்படிச் சொல்றேளே... இதிலே கொஞ்சம் பணம் போட்டா பதிலுக்குத் தங்கமா சுரக்குமே...

விசுவ: கொஞ்சப் பணமா? குப்பு, உனக்கு லட்ச லட்சமாம் புழங்க திடீரென்று ஆசை வந்துட்டதா? வேண்டாம்... வேண்டாம் எனக்கு. எல்லாம் நீயும் பஞ்சாபகேசனுமா நிறைய சம்பாதிச்சுச் சாப்பிடுங்கோ.

குப்பு: ஏன் இப்படிச் சந்தேகப்படறேள்? பத்து வருஷம் முன்னாடி நாணா அந்த இடத்தை வாங்கறபோது யாரோ அமெரிக்க விஞ்ஞானிகள் பரிசோதிச்சுட்டு நல்ல முதல் தர ரிப்போர்ட்டு எழுதியிருக்காளாமே... பஞ்சாபகேசன் கிட்டே அதெல்லாம் இருக்கு.

விசுவ: தெரியுமுன்னா..... ஆனா அதெல்லாம் யாரு நம்பறது?

குப்பு: அப்படி வாங்கோ வழிக்கு. விஷயம் தெரிந்தும் நம்பாமே இருக்கேளே.... என்ன சாதாரணமுன்னு நினைச்சேளா? அவா நாலு பேரா வந்து, தோண்டிப் பார்த்து கூடை கூடையா மண்ணை வாரிண்டு மதராஸ் போய் பரிசோதிச்சு அப்புறம் தீர்ப்பு சொல்லியிருக்கா. அதுவும் ஒவ்வொருத்தரும் எத்தனை படிச்சவன் தெரியுமா? பெயருக்குப் பின்னால் ஒவ்வொத்தனும் ஒரு முழம் டிகிரிகள் போட்டுண்டு இருக்கான். அத்தனையும் இந்தத் தாது விஞ்ஞான சாஸ்திரத்தைச் சேர்ந்ததுதான்.

விசுவ: என்னமோ பஞ்சாபசேசனுடைய யோக்கியதை யார் கண்டா?

குப்பு: நன்னாச் சொன்னேள்! அவன் தங்கக் கம்பியாச்சே.... இதிலே சூது வாதுன்னு பேசப்படாது. ஆமாம் தெரியுமா? ஒரு வேளை உங்களுக்கு நாணாவை அப்போ பிடிச்சுப் பரிச்சயம் ஆச்சே.... ஒரு வேளை உங்களுக்கு ஏதாவது தெரியுமோ...

விசுவ: *ஒரு பாவமும் நான் அறியேன். ஆனால் எனக்கு இந்த விஷயத்திலே தலையிட இஷ்டமில்லை.*

குப்பு: *ஊம்... நினைச்சுப் பார்க்கறேன். அப்போக்கூட நாணா இருக்கும்போது நீங்க கோடையூரிலேதான் குடித்தனம் பண்ணிண்டு இருந்தேள். ஒருவேளை அக்காவுக்குச் சமாசாரம் ஏதாவது தெரியுமோ...?*

விசுவ: *(கோபத்துடன்) சை, பேசாமலிரு. விசாலத்துக்கு ஒண்ணும் தெரியாது. அவளோடு இந்தப் பேச்சு எடுத்தயோ, தெரியும் சேதி.*

குப்பு: *ஓகோ... அப்படியா ரொம்ப கோவிச்சுக்கறேளே.... சரி அக்காவோட சொல்லல்லே. பயப்படாதேங்கோ....*

(விசாலாக்ஷி அம்மாள் வருகிறாள்)

விசா: *என்ன இப்படி ஒரேடியாய் குப்புகிட்டே பேச்சு? சாப்பிட வேண்டாமா ! அப்புறம் கோடையூர் போகணும்.*

விசுவ: *உன் தம்பி முத்து போலே பேசறான். அகமகிழ்ந்து கேட்டுண்டு இருக்கேன்.*

(குப்புசாமியைப் பொருளுடன் பார்க்கிறார்)

விசா: *அவனுக்கு என்ன வேலை? போது போகாவிட்டால் ஏதாவது திரிச்சுவிடுவான்.*

விசுவ: *கேட்டாயா? உங்க அக்கா சொல்லறதைக் கேட்டாயா?*

குப்பு: *(சிரித்துக்கொண்டு) அக்கா, வாழைக்காய் கறி ஆச்சா?*

விசா: *ஆமாண்டா.... இலை போடறேன். நீயும் சாப்பிடு. வா.*

(போகிறாள்)

விசுவ: *உன் தமக்கை மனசைப் பாரு. நீயும் இருக்கயே. உனக்கு வெட்கமாயில்லை?*

குப்பு: *(குஷியாய் வாயில் புகையிலையைப் போட்ட வண்ணம்)* அக்கா மனசு பால்தான். எல்லாரும் அவளைப் போலே இருக்க முடியுமா? நமக்கெல்லாம் அத்திம்பேரே... நமக்கெல்லாம் லௌகீக உலக வாழ்க்கையிலே பொழைக்கணுமே... உங்களுக்கும் எனக்கும் அப்படி இருக்கக் கட்டுமா?

விசுவ: என்ன குப்பு? ரொம்ப துடுக்கா இருக்கே, நீ பேசறது?

குப்பு: நான் குற்றமா ஒண்ணுமே சொல்லலையே..... என்னைப் பொறுத்த வரையிலே உயர்தரப் பிரமாணங்கள் வச்சுண்டா கட்டுமா என்றேன்.

விசுவ: எனக்கு என்ன புரியாதா? அசடா...? சற்று முன்னே பின்னே நேர்மையாய் இல்லாட்டாக்கூட நான் கவனிக்க மாட்டேன்னு ஜாடையாய்...

குப்பு: உங்களுக்குச் சொல்லிக் கொடுக்கணுமா....?

விசுவ: என்ன, என்ன சொல்லறே... இன்னிக்கு எல்லோருக்கும் என்ன ஆயுடுத்து. ஒத்தருக்கு மேலே ஒத்தர் என்னை ஆட்டி வெக்கறத்திலேயே இருக்கா. கள்ளத்தனமாய் பிசினஸ் செய்றதிலே எனக்குப் பழக்கமுன்னு வாய் கூசாமே பேசறேயே குப்பு, என்ன நினைச்சே....? வாயை மூடிக்கோ. எனக்குக் கோபம் வந்தா அப்புறம் என்ன பண்ணுவேன்னு தெரியாது.

குப்பு: நான் ஏதோ சாதாரணமாய் பொதுவா சொன்னா, நீங்க ஏதேதோ அர்த்தம் பண்ணிண்டு கோவிச்சுக்கறேளே...

(சிரிக்கிறான். நீலா வருகிறாள்)

நீலா: அப்பா, என்ன மன்னிச்சிடுங்கோ... உங்களை வருத்தப்படுத்த இஷ்டமில்லே...

விசுவ: ஏம்மா நீலா...... போனாப் போறது. *(அவளைத் தட்டிக் கொடுத்தவாறு)* நீ போய் சாப்பிடு. நாம் அப்புறம் பேசிக்கொள்ளலாம். *(அவளை அனுப்ப முயல்கிறார்)*

குப்பு: *என்ன நீலா...? நான் வரச்சே அழுதுண்டு இருந்தயே?*

நீலா: *ஒண்ணுமில்லே....*

குப்பு: *ஒண்ணுமில்லேன்னா உன் மூஞ்சி சொல்லறதே.... அப்பா கத்தினாரோ... அப்போ சிவராமன் பாடு திண்டாட்டம் தான்னு சொல்லு.*

விசுவ: *(பிரமிப்புடன்) உனக்கு என்னதான் தெரியாது?*

குப்பு: *ஏ, அத்திம்பேர்...... குட்டி எனக்கு ஒரே மருமாள்தானே. அவ இஷ்டப்படி மனசு வைத்தவனை மணக்கணுமுன்னு எனக்கு ஆசை இருக்காதா?*

விசுவ: *இருக்கும். இருக்கும். விசாலம், இதைக் கேட்டயாடி. குப்பு, உன் பொண்ணுக்காக பரிஞ்சு பேசறதை..? விசாலம்... (உள்ளே போகிறார்)*

குப்பு: *நீலா, நீ கவலைப்படாதே. நான் ஒத்தாசை பண்ணறேன்.*

நீலா: *போ மாமா, உன்னாலே என்ன முடியும்?*

குப்பு: *பார்த்துண்டு இருக்கயா..? எப்படியானாலும் தைரியமாய் இரு. விட்டுக் கொடுத்துடாதே. நான் வரட்டுமா? அவர் வந்து திரும்பிக் கூச்சல் போடற வரையில் காத்துண்டு இருக்க வேண்டாம். வரேன் நீலா...*

(போகிறான். நீலாவும் மற்றொரு பக்கமாக வீட்டிற்குள் போகிறாள். விசாலமும் விசுவநாதய்யரும் சமையலறைப் பக்கமாக நடந்து வருகிறார்கள்)

விசுவ: *எங்கே அந்த அயோக்கியன். போயிட்டானா?*

விசா: *யாரைச் சொல்லறேள்? குப்புவையா?*

விசுவ: *எல்லாம் உன் அழகான தம்பியைத்தான். அவன் பெரிய மோசடிக்காரன்.*

விசா: *ஊம். இப்போ என்ன சொன்னான்?*

விசுவ: என்னவா...? ஏதோ கம்பெனியாம். பிசினஸாம். என்னையும் அதில் இறக்கிவிடப் பார்க்கிறான். முன் பணம் போடணுமாம்.

விசா: யாரு........? குப்புவோட சேரவும் மனுஷா இருக்காளா?

விசுவ: எல்லாம் அந்த நாணா பிள்ளை வேலை.

விசா: (அவரை நிமிர்ந்து பார்த்துவிட்டு) அப்படியா? நாணா பிள்ளை யோக்கியன் ஆச்சே?

விசுவ: அவன் யோக்கியனோ..... அயோக்கியனோ....? உன் தம்பி இருக்கானே...... உன் தம்பி இருக்கானே.... அவனை என்ன பண்ணணும் தெரியுமா?

விசா: அதுதான் தெரிஞ்சு இருக்கே. அவன் விஷயம் புதிசா. இன்னிக்கு நேத்திக்கி நடந்ததா? அப்பா இருக்கிற வரையில் வருத்தப்பட்டார்; உருகிச் செத்தார். ஊம்... யார் வினையை யார் அனுபவிக்கிறது? அவா அவா செஞ்சதை ஒருநாள் இல்லாவிட்டா ஒரு நாள் அனுபவிச்சுத்தான் தீரணும்.

விசுவ: யாரைச் சொல்றே....? குப்புவையா...? (சந்தேகத்துடன்)

விசா: ஆமாம். அவனைத்தான். வேறு யாரு இருக்கா?

விசுவ: குப்புவைத் தள்ளு, விசாலம். ஒரு தடவை ஏதோ தவறித் தப்பு பண்ணினால் அதுக்காக ஆயுள் பூரா சஞ்சலப்படணுமா?

விசா: குப்பு, என்ன சொன்னான்?

விசுவ: அவனைச் சொல்லலே.... பொதுவாகக் கேக்கறேன்.

விசா: (புரிந்துகொண்டு) அதுக்கென்ன? தெரியாமே எத்தனையோ செய்கிறோம். தெரிஞ்சும் செய்கிறோம்... அப்படித் தெரிஞ்சு செஞ்சாகூட ஒரு குற்றத்துக்காக இத்தனை மறுக வேண்டாம்.

விசுவ: நீ யாரைச் சொல்லறே...?

விசா: பொதுவாகத்தான் சொல்லறேன்.

விசுவ: மனதிலே ஒரு மறு இருந்தால் தூக்கம் வருமா, விசாலம்.

விசா: சும்மா கற்பனை குற்றத்தைப் பத்தி இப்போ என்ன யோசனை? சாப்பிட வாங்கோ...

அங்கம் 2.

[அதே இடம். காலம் ஐந்து மணி. திரை உயர்ந்ததும், குப்புசாமி இருக்கிறான். ஊஞ்சல் பலகைக்கு எதிரில் இருக்கும் ஸ்டூலில் தெரியும் டெலிபோனை எடுக்கப் போகிறான். அப்போது வித்தியா வருகிறாள். குப்புசாமி திடுக்கிட்டாற்போல அவளைப் பார்க்கிறான்.]

குப்பு: என்ன வித்தியா...? எப்படி இந்தப் பக்கமாக வந்தே....?

வித்தியா: ஓ மாமாவா...? ஆமாம். நீலாவைப் பார்த்துட்டுப் போகலாமுன்னு வந்தேன்.

குப்பு: அவ்வளவுதானா? வேறு ஒண்ணும் காரியமா வரலையா?

வித்தி: இதென்ன மாமா, நீங்க கேக்கறது வேடிக்கையா இருக்கே? காலேஜு சினேகிதா ஒருத்தருக்கொத்தர் பார்த்துக்கக் காரணம் வேறே வேணுமா?

குப்பு: அப்படி இல்லே.... உங்கண்ணா ஏதாவது சொல்லி அனுப்பினானோன்னு பார்த்தேன்.

வித்தி: (சற்றுத் தயக்கத்துடன்) நீலா சொல்லிவிட்டாளா?

குப்பு: (தலையை அசைத்தவாறு) ஆமாம்.

வித்தி: மாமா, நீங்க வெளியிலே இதைப் பத்திச் சொல்லிடாதேயுங்கோ...

குப்பு: போ குட்டி, நான் என்ன அசடா...? நீலா மேலே எனக்கு உசிருன்னா... ஏதாவது ஒத்தாசை பண்ணலாமென்று யோசிக்கிறேன்.

வித்தி: *(ஆவலுடன்)* நிஜமாகவா மாமா... *(பிறகு சற்று யோசித்தவாறு ஏமாற்றத்துடன்)* ஆனால் அவப்பா இப்படி துளிக்கூட அறிவு இல்லாமே இருக்கிறபோது நீங்க என்ன செய்ய முடியும்?

குப்பு: அப்படியா நெனச்சே... நான் யாரு தெரியுமா? அந்த அத்திம்பேரை எல்லாம் விலைக்கு விக்கற சித்திம்பேர் ஆச்சே!

வித்தி: அப்படியா மாமா... நீங்க என்ன செய்ய முடியும்? அவ அப்பாவை ஒத்தராலும் சம்மதிக்கச் செய்ய முடியாதே.

குப்பு: அவர் கிடக்கார். நம்ப பயலுக்கு எப்படியாவது தைரியம் ஊட்டிவிட்டால்....

வித்தி: அதுவும் முடியாத காரியம். அவனுக்குத்தான் வரும்படி இல்லையே. சும்மா 'மினரல் கன்ஸெல்டிங் எக்ஸ்பர்ட்'னு போர்டு போட்டுண்டா போருமா?

குப்பு: நான் கூட அத்திம்பேர் ஆட்டமா பிசினஸ் தொடங்கி விட்டேன். உனக்குப் புரியுமானால் சொல்றேன்.

வித்தி: காலேஜில் நான் வியாபாரம், பொருளாதாரம் எல்லா படிக்கறேன். மாமா, சொல்லுங்கோ, கேக்கறேன்.

குப்பு: நானும் கோடையூர் பஞ்சாபகேசனுமா ஒரு கம்பெனி தொடங்கி இருக்கோம். 'கோடையூர் தாமிரக் கம்பனி'ன்னு பெயர். அது எப்படித் தெரியுமா? பிரமாதம் போ. பத்து லட்ச ரூபாய்க்கு ஷேர்கள் எடுத்து இருக்கோமுன்னா பார்த்துக்கோ...

வித்தி: அப்பாடியோ மாமா, பெரிய பேர்வழி போலிருக்கே.

குப்பு: பின்னே என்ன? ஜனங்கள் அந்த ஷேர்களை வாங்க நீ நான் என்று பிச்சுக்கிறா. போனாப் போறது, அத்திம்பேருக்கும் லாபம் வரட்டுமேன்னு சொல்ல வந்தா... இன்னிக்குக் காலமே தாறுமாறாகக் கத்த

ஆரம்பிச்சுட்டார். பார்த்தாயோ... நான் மலைச்சுப் போயுட்டேன்.

வித்தி: இதிலே ராமு எங்கே வந்தான்.

குப்பு: அவசரப்படாதே பொண்ணே... கேளு. இவர் கத்திண்டு இருக்கச்சே அந்தப் பொண்ணு நீலா கண்ணைக் கசக்கிண்டு வந்தது. எனக்குத்தான் சங்கதி முன்னாலேயே தெரியுமே. சரி இவர் அவள் கிட்டேயும் சத்தம் போட்டிருக்கிறார் என்று நெனச்சேன். பார்த்தேன் சடாரென்னு ஒரு யோசனை தோணித்து. இந்தப் பயல் சிவராமனை நம்ப கம்பனிக்கு ஒத்தாசையா இழுத்தா.... நீலாவும் ராமுவும் சந்தோஷமாய் இருக்கலாம். அத்திம்பேருக்கும் ஒரு பாடம் கற்பிச்சாப் போல, ஆச்சு இல்லையா? என்ன சொல்லறே...?

வித்தி: பிரமாத யோசனை. போங்கோ... அப்புறம் ராமுவுக்கு எங்க அப்பாகிட்டேயும் பயமில்லே. இப்போன்னா அப்பா கொடுத்துத்தானே அந்தக் கன்ஸெல்ட்டிங் அறை வாடகை கூடக் கொடுக்க வேண்டியிருக்கு!

குப்பு: சிவராமனை இதிலே இழுத்துப்போடறேன். நீ பார்த்திண்டு இரு.

வித்தி: ராமுவுக்கு அதுதான் ராப்பகலா கவலை. பெத்தவா குறுக்கே நிக்கிறா. இவளானா செல்லப் பெண். அவனோட சம்பாத்தியத்திலே அவளுக்கு இதுவரையில் கிடைத்து வந்த செல்வ வாழ்க்கை போலே தான் எப்படி வெச்சுக்கிறதுன்னு உருகுறான்.

குப்பு: பார்த்தாயா... நான் சொல்லறது சரியாப்போச்சு. காலையிலே இந்த யோசனை தோணித்தோ இல்லையோ உடனே பஞ்சாபகேசனுக்குப் போன் பண்ணிட்டேன். அவன் சிவராமனோடு இதற்குள்ளே பேசி இருப்பான்.

வித்தி: *சாயங்காலம் இங்கே எதிர் வீட்டுக்கு வரேன்னு அண்ணா காலையிலே சொல்லிவிட்டுப் போனான். இப்போ வந்தாத் தெரியும்.*

("வித்தியா, வித்தியா... இங்கே யாரோடே பேசறே..." உள்ளே இருந்து நீலா குரல் கேட்கிறது. வித்தியா போகிறாள்.)

(குப்புசாமி சட்டென்று டெலிபோனை எடுத்து, நம்பர் செய்து பேசுகிறான்)

குப்பு: *ஹல்லோ... யாரு? பஞ்சாபகேசனா? எல்லாம் நம்பளவர் ஆத்திலே இருந்துதான் பேசறேன். காத்தாலே சொன்னேனே.... யோசிச்சாச்சா? அவர் ஒரு ரூபாய் காசுகூட கொடுக்க மாட்டாராம். ஏதோ முக்கித் திணறி ஒரு ஐம்பது ஆயிரம் ரூபாய்க்கு ஷேர்களை வெளியிலே விற்கலாம். அதுகூட கஷ்டம். நீயும் நானும் கொஞ்சம் எடுத்துக்கலாம். பாக்கி....? ஊம்... ஊம்... அப்படியா? கோடையூர் பாங்கும் சந்திரா பாங்கும் 9 லட்ச ரூபாய்க்கு வாங்குவாளா? ஊம்.... ஊம்... நிஜமாவா? ஊம்..... எப்படி? ராமுவை கன்ஸல்ட் பண்ணி புதுசா திரும்பி ரிப்போர்ட்டு வாங்கினா.... பாங்குகள் மதிப்பா என்கிறாயா? ஊம்... எப்படி? ஆமாம். சீமை டிகிரிகள் ராமுவிடம் இருக்கு... ஆமாம். அதுக்கு நிறைய மதிப்புதான். அப்போ அவனோடு பேசிட்டாயா...? ஆச்சா... ஊம்... பலே... எப்படியாவது கோடையூர் பாங்கு கையொப்பம் வாங்கினா சரி... சரி... ஊம்... நான் நாளைக்கு வரேன். (போனைக் கீழே வைத்துவிட்டு, அங்குமிங்கும் பார்க்கிறான். பார்த்துவிட்டு விடுவிடுவென்று வீட்டிற்குப் போகிறான்.)*

வித்தி: *இதென்னடி.... உங்க மாமா இருந்தாரே இங்கே.... அதுக்குள்ளே சொல்லிக்காமே போயிட்டாரா...?*

நீலா: *மாமாவா? அவர் அப்படித்தாண்டி... பேச்சு நடத்தை எல்லாம். ஏதோ சொல்லுவர், ஏதோ செய்வார்....*

வித்தி: *(சந்தேகத்துடன்) அப்படியா? இப்போத்தான் என்கிட்டே.....*

நீலா: *மாமா கிடக்கிறார். நீ ராமு என்ன சொல்றான்னு சொல்லு.*

வித்தி: *(கிண்டலாக) ஆமாண்டி. உனக்கு அதுதான் முக்கியம். சொல்லறேன். ஆனா, உங்கப்பா அம்மா யாராவது வந்திடுவாளோ....?*

நீலா: *வரமாட்டா. அப்பா கோடையூர் போயிருக்கார். ஆறு மணிக்குத்தான் வருவார். அம்மாவும் கோயிலுக்குப் போயிருக்கா. உட்காரு. (இருவரும் ஊஞ்சல் பலகையில் உட்காருகிறார்கள்)*

வித்தி: *நான் ரொம்ப நாழிகை இருக்க முடியாது, காலையிலே ராமு சொல்லிட்டுப் போனான். சாயங்காலம் 5 மணிக்கு நான் நீலா ஆத்து எதிர் வீட்டு வாசலுக்கு வந்து நிக்கறேன். நீ முதல்லே போய் உள்ள யாராவது இருக்காளா பார்த்துச் சொல்லுன்னு. இப்போ வந்துட்டு என்னமோ...?*

நீலா: *இருடி. உங்காத்துலே என்ன விசேஷம் சொல்லு.*

வித்தி: *அதேன் கேக்கறே.... நேத்திக்கு எங்காத்திலே ஒரே ரகளை. அப்பா கத்த, சித்தி அழ, நடுவே ராமு நிற்க... ஒரே திமிலோகப்பட்டது.*

நீலா: *அப்படியா? என்ன நடந்தது?*

வித்தி: *எல்லாம் ராமு வந்து சொல்லுவான். நம்மைச் சுற்றி இருக்கிற இந்தப் பெரியவாளுக்கு ஏண்டி இப்படி புத்தி போறது?*

நீலா: *(பெருமூச்சுடன்) எங்கப்பாவும் இன்னிக்கி கூச்சல் போட்டார்.*

வித்தி: *உன்கிட்டே கூடவா? உன் மேலே உசிர் ஆச்சே!*

நீலா: *இருந்தா என்ன? அவர் இஷ்டப்படி நடக்கிறபோது*

கொஞ்சிண்டு இருப்பார். அது இன்பமாய் இருந்தது. இப்போ என்ன இன்னா, நான் பெரியவளாய் ஆயுட்டேன். என் இஷ்டப்படி நடக்கணும்னு சொல்றேன். அது பிடிக்குமா?

வித்தி: அது சரி, இந்தப் பெத்தவாளுக்கே நாம் பெரியவாளா ஆயுடறது பிடிக்கவே இல்லை. என் சித்தியைப் பாரு.

நீலா: உன் சித்தியாவது அம்மா, உன்னைப் பெறலை. எங்கம்மாவைப் பாரு. என்னவோ ஒன்னுலேயும் அக்கறையில்லை போலே இருக்கா. அதற்குப் பெயர் பற்றில்லாமையாம்.

வித்தி: என்னடி உங்கம்மா சாந்தமாய் இருப்பது எத்தனையோ தேவலேடி. தான்தான் படிச்சவள்ன்னு எங்க சித்தி குதிக்கிற குதியைவிட.....

நீலா: நீ சொல்லறது போலே நாமும் பெரியவாள் ஆயுட்டோமுன்னு அப்பாவுக்குத் தெரியலை.

வித்தி: ஆமாம். அப்புறம் அவா இருப்பதும் தெரியலை. நம்மை மாத்திரம் குத்தம் சொல்லுகிறது. எங்க சித்தி இஷ்டப் படி இருந்துண்டு. என்னை மாத்திரம் வீட்டிலே பூட்டி வைக்கணுமுன்னு பாக்கறா.

நீலா: எங்கப்பா கிட்டே அது கிடையாது. என்னை இஷ்டப்படி வெளியிலே வாசலிலே போக விட்டுவிட்டார். அது தான் இப்போ அவருக்குச் சங்கடமா இருக்கு. இத்தனை நாள் இல்லாமே . இப்போ என்னைத் தடுக்கப் பார்க்கிறது லேசா?

வித்தி: எங்க சித்தி என்னை அடக்கறதுக்குக் காரணம் இருக்கு. அவளைப் போல நானும் இருந்துடுவேனோன்னு பயம்.

நீலா: என்ன வித்தியா? அப்படிப் பேசறே?

வித்தி: பின்னே என்ன? அவளால்தானே இத்தனை கஷ்டமும். இல்லாட்டா உங்கப்பா என்ன சொல்லப் போறார்?

நீலா: தானே யோசித்துச் செய்யாத வேறு யாராவது எதாவது சொன்னா, எங்கப்பாவுக்குப் பிடிக்காது. அதனாலே நானே பார்த்துக்கொண்ட வரனுக்கு அவர் கட்டாயம் பழுது சொல்வார்.

வித்தி: அதுதான் உங்கம்மா வாயைத் திறக்காமே இருக்கா போலிருக்கு. இந்தப் பெரியவாளெல்லாம் பித்துக்குளிகளாய் இருக்கா.

நீலா: உங்கப்பா, உங்க சித்தி சொல்லறதெல்லாம் நிஜமுன்னு அப்படியே முழுங்கிடறார். அதுவும் அசட்டுத்தனம்தானே.

வித்தி: (மிருதுவாய்) நீ எப்படியடி இருப்பே...?

நீலா: (அழகாய்ச் சிரித்தபடி) எல்லாம் பார்த்துண்டே இரு.

வித்தி: (பொய் பயத்துடன்) ஐய்யய்யோ, பாவம். ராமுவுடைய கதியை நினைச்சா...

நீலா: பின்னே எங்கம்மா மாதிரி அகமுடையான் சொல்லறதுக்கு மாத்திரம் எல்லாய் தலை குனியணும் என்கிறயா?

வித்தி: நீ சொல்லறது நியாயம். பெண்களுக்கு மாத்திரம் சுய கௌரவம் இல்லையா என்ன? சரிக்குச் சரி உரிமை கேட்கணும்.

நீலா: அசடே, கேக்கக்கூடாது, கேக்காமலே சாதிக்கணும்.

வித்தி: அந்தப் பக்கம் கொஞ்சம் திமிறினால்....?

நீலா: ஏண்டி திமிறணும்? ஏற்றுகிறபடி ஏற்றினால் அவாளுக்குத் தெரியக்கூடத் தெரியாது. தன் இஷ்டப்படிதான் எல்லாம் நடப்பதாய் கனாக் கண்டுண்டு இருப்பா.

வித்தி: அப்போ, நீ இது விஷயமாக ரொம்ப யோசிச்சிருக்கேடி. ஆனு நாழி ஆச்சு. ராமு வரதுக்காகக் காத்துண்டிருப்பான். எதிர்வீட்டு

வாசலிலே நின்னுண்டு இருப்பான். நான் ஓடிப் போய் சொல்லறேன். வரட்டுமாடி?

(இருவரும் கதவண்டை போகிறார்கள். வித்தியா போகிறாள். நீலா திரும்பி ஊஞ்சலுக்கு வருகிறாள். ரொம்ப உற்சாகமாய் வரப் போகும் வாலிபனை மடக்கத் திட்டம் போடுகிறாள். சிவராமன் உள்ளே வருகிறாள். அழகான இளங்காளை. உயரம், தகுந்த பருவம், களையுள்ள முகம், சீமைப் படிப்பும் மேல் நாட்டு வாழ்க்கை ஞானமும் இருந்துங்கூட நடத்தையில் கொஞ்சம் கூச்சம், தயக்கம். அவன் மனோதிடம் வர வரத்தான் நீலாவுக்கே புலப்படுகிறது. தான் கற்ற விஞ்ஞானத்தில் உயர வேண்டுமென்ற அவா நிறைய இருக்கிறது)

நீலா: *ராமு...*

ராமு: *நீலா...*

(இருவரும் அருகே நின்று கொண்டு ஒருவரையொருவர் பிரியத்துடன் பார்த்துக்கொள்கிறார்கள்.)

ராமு: *நீலா உங்கப்பாகிட்டே விஷயத்தைப் பிரஸ்தாபிச்சயா?*

நீலா: *அதுவா, பண்ணணுமின்னு நெனச்சேன். அதுக்குள்ளே அம்மா ஏதோ உளறிவிட்டாள். அப்பாவுக்குக் கோபம் வந்துடுத்து.*

ராமு: *எதுக்கு....?*

நீலா: *அதுதான். நாம் நெனச்ச மாதிரிதான். உங்க சித்தி, அது, இதுன்னுதான்.*

ராமு: *இதோ பாரு நீலா, எங்க சித்தி எப்படி இருந்தா உங்கப்பாவுக்கு என்ன? அவ உங்கப்பாவை என்ன பண்ணினா?*

நீலா: *எங்கப்பாவை இல்லை... உங்கப்பாவைத்தான்.*

ராமு: *நான்தான் உங்கிட்ட நூறு தரம் சொல்லியாச்சு.*

அம்மா செத்துப் போறபோது நாங்க ரெண்டு பேரும் ரொம்ப சின்னக் குழந்தே... அப்பா, அந்தத் தாயில்லா குழந்தைகளை வெச்சுண்டு தவிச்சா....

நீலா: அது வாஸ்தவம். உங்க சித்தி வந்து சேர்ந்தா. சாமர்த்தியமா அந்த வீட்டிலே தான் இல்லாமே முடியாதுன்னு செஞ்சு உறுதியா ஊனிட்டா.

ராமு: அப்படியொண்ணுமில்லே. அப்போ சித்தப்பாவும் போன புதிசு. அப்பாதான் நீயும் டீச்சரா வேலை செஞ்சுண்டு திண்டாடறே, நானும் குழந்தைகளை வெச்சிண்டு திண்டாடறேன். தேமேன்னு இங்கே வந்துடுன்னு சொன்னார்.

நீலா: அவ வந்து உறைச்சுட்டா.

ராமு: இந்தா நீலா, நீயும் உங்கப்பாவாட்டமா...

நீலா: பேசாமே அப்பவே கல்யாணம் பண்ணிண்டு இருக்கலாம். இப்போவாவது பண்ணிக்கச் சொல்லுங்கோ. அதுக்கப்புறம் அப்பா ஒண்ணும் சொல்ல முடியாது.

ராமு: உனக்கு அதுதான் புரியமாட்டேங்கிறது. சித்தி சித்தப்பாவிடம் உயிரேயே வெச்சுண்டு இருந்தா. நீ சொன்னதைக் கேட்டுண்டு நான் அதைப் பற்றி நேத்திக்கி பிரஸ்தாபிச்சுட்டு அவஸ்தைப்பட்டுப் போயுட்டேன். அவள் பிரமாதமாய் அழுதாள்.

நீலா: நீங்களும் நம்பிட்டேளாக்கும்.

ராமு: இந்தா நீலா, நீயும் உங்கப்பா மாதிரி ஊர் வம்பை நம்பறயா...?

நீலா: நம்பறேன், நம்பல்லே. அதைப்பத்தி இப்போது என்ன? உங்களுக்கு இது விஷயத்தில் இஷ்டமில்லே என்ன?

ராமு: நீலா, என்ன அப்படி ஒரேயடியாய் சொல்லிட்டே. எங்கப்பா மாத்திரம் என்ன உத்தியோகத்திலோ,

பதவியிலோ குறைஞ்சவரா என்ன? உங்கப்பா ஏன் இத்தனை பிடிவாதம் பண்ணணும்? ஒரு தரம் எங்காத்துக்கு வந்து பேசிவிட்டால்தான் என்ன?

நீலா: எங்கப்பா விஷயம் உங்களுக்குத் தெரியும். தெரிந்திருந்தும் இப்படிச் சொன்னால் அதுக்கு அர்த்தம்தான் உண்டு.

ராமு: நீலா..?

நீலா: (தலை குனிந்தபடி) இனிமேல் நாம் சந்தித்துக்கொள்ளறதிலே பிரயோசனமே இல்லே...

ராமு: என்ன இப்படி கோவிச்சுண்டுட்டே....

நீலா: கோவிச்சுக்கலே... உங்களைச் சும்மா தூண்டிவிட்டுத் தொந்தரவு பண்றதிலே என்ன லாபம்... நான்...?

ராமு: நீலா, நீ அப்படி செஞ்சதாய் நான் சொன்னேனா...?

நீலா: இல்லே. ஆனா, எனக்கே அவமானமாய் இருக்கு... உங்களுக்கு இஷ்டமில்லாதபோது நான் கட்டாயப்படுத்தி உங்கள் அன்பை...

ராமு: அட.... டா... டா... என்னவெல்லாமோ தப்பு அர்த்தம் பண்ணிட்டாயே! (அவன் பாவம் மாறுகிறது. இதன் பிறகு அவன் தைரியத்துடனே பேசுகிறான். ராமு சுற்றுமுற்றும் பார்த்துவிட்டுச் சற்று தணிந்த குரலில் பேசுகிறான்.) நீலா, நாம் இவாளை எல்லாம் கேட்காமே பேசாமே நழுவிவிடலாமா? கோடையூரில் போய் உங்க மாமா ஆத்திலே வெச்சு ஒரு தாலியைக் கட்டிவிடுகிறேன். அப்புறம் இவாளெலாம் என்ன பண்ண முடியும்? தானே வழிக்கி வருவா....

நீலா: (தன் சந்தோஷத்தை மறைத்துக்கொண்டு பொய் பயம் காட்டினபடி) ஐய்யய்யோ! அப்பா அம்மா இல்லாத அவா இஷ்டமில்லாமே கல்யாணமா?

ராமு: (கெஞ்சும் பாவனையில்) ஆமாம், நீலா. நீ என்னமோ

தப்பாய் எண்ணிண்டு இருக்கே. நீ இல்லாமே... (அவள் கையைப் பறிக்க முயலுகிறாள். அவள் ஒதுங்கிக்கொண்டு.)

நீலா: நன்னாயிருக்கு, நீங்க சொல்லறது. நான் மாட்டேன். எனக்குப் பயமாய் இருக்கு.

ராமு: (அரவணைக்கும் குரலில்) இதோ பாரு நீலா. நான் இருக்கிறச்சே உனக்கு என்ன பயம்? (நீலா மௌனம் சாதிக்கிறாள்) ஊம் புரிஞ்சுது... என்னாலே ஒண்ணும் முடியாது என்று நெனச்சே இல்லையா...?

நீலா: (பொய் ஆச்சரியத்துடன்) இல்லவே இல்லே. உங்களுக்கு சாமர்த்தியமில்லேன்னா சொன்னேன்.

ராமு: ஆமாம். நீ அப்படி நெனக்கறேன்னு எனக்குத் தெரியும். 'கன்ஸல்ட்டிங் மினரல் எக்ஸ்பர்ட்டு' என்று போர்டு போட்டுண்டு இருக்கான். ஒரு பைசா வரும்படி கிடையாது, இவனாவது என்ன காப்பாத்தவாவது. அதுதான் பெற்றோர் இஷ்டமில்லாமலே என்னே கல்யாணம் பண்ணிக்கத் தைரியமில்லே... இப்படித்தானே நீ என்னைப் பத்தி நெனக்கறே..

நீலா: (பயத்துடன்) இல்லவே இல்லே. நான் அப்படி சொப்பனத்திலும் நினைக்கலே.

ராமு: உச்... பேசாமே கேளு. எனக்கு ஒரு பெரிய கேஸு வந்திருக்கு. பத்தாயிரம் ரூபாய் பீஸு. என்ன சொல்லறே..?

நீலா: (பாசாங்கு மறைந்து, வெகு கருத்தாகவும் உற்சாகமாகவும்) அப்படியா? என்ன கேஸு?

ராமு: (வெற்றிக் குறியுடன்) அப்படி வா வழிக்கின்னேன். இப்போ யாரு சமத்து...?

நீலா: (பெருமையுடன்) என் ராமு மாதிரி... (வெட்கத்துடன் தலைகுனிகிறாள்).

ராமு: *கேக்கறயா....?*

(நீலா தலையை ஆட்டுகிறாள்).

ராமு: கோடையூர் பஞ்சாபகேசன் ஒரு தாமிர கம்பனி ஆரம்பிச்சிருக்கிறார். அந்தத் தரைகளைப் பரிசோதிச்சு, ஆராய்ச்சி செய்து, சுரங்கம் தோண்ட, மேலே தாமிரம் எடுக்க, எல்லாம் எஸ்டிமேட்டு போட்டுக் கொடுத்தா பத்தாயிரம் ரூபாய் பீஸ் தருவதாக இன்னிக்கு மத்தியானம் சொல்லிவிட்டுப் போனார்.

நீலா: *நீங்க ஒப்புக்கொண்டு விட்டீர்களா?*

ராமு: இல்லாமே... நீலா... *(அவளை அணுகுகிறான்)* இந்தப் பணத்தினால் நமக்கு எத்தனை அதிர்ஷ்டம் வரப் போறதுன்னு யோசிச்சயா?

நீலா: *(காரியத்தில் கருத்துடன்)* பெரிய பொறுப்பு ஆச்சே? யோசிச்சேளா?

ராமு: அதெல்லாம் கவலைப்படாதே. ஏற்கனவே மிக மிகப் பெரிய பெயர் வாங்கின நாலு அமெரிக்க விஞ்ஞானிகள் போன சண்டையின் போது ஒரு பெரிய ரிப்போர்ட்டு எழுதி இருக்கா. அதே வெச்சுண்டு ஜமாய்ச்சு விடறேன் பாரு...

நீலா: *(சந்தேகமாய்)* எங்கப்பாவை வேணுமானால் யோசனை கேளுங்கோளேன்.

ராமு: *(ரோசமுடன்)* ஏன் எனக்குச் சமர்த்துப் போதாதோ?

நீலா: அப்படிச் சொல்லலே. கோடையூர் நாணா வர்க்கம் பொல்லாதுன்னு அப்பா அடிக்கடி சொல்லுவா.

ராமு: அது இந்த பிசினஸ்காராளே இப்படித்தான். எப்போதும் ஒத்தரை ஒத்தர் விரட்டிண்டு இருப்பா. நிஜமாய்க் கூர்ந்து பார்த்தால் ஒண்ணுமிருக்காது. நீலா, நீ இனிமேல் தடங்கல் சொன்னா..?

நீலா: என்ன பண்ணிடுவேளாம்? *(அவளுடைய அலட்சியம் அவனைத் தூண்டுகிறது. அவள் கையைப் பற்றுகிறான்.)*

நீலா: என்ன இன்னிக்கி ஒரே ஆத்திரமாய் இருக்கு.

ராமு: நீலா, இனிமேலே என்னாலே பொறுக்க முடியாது. உன்னே பார்க்கறபோதே... (அவளை அணைக்கப் போகிறான். அப்போது டெலிபோன் மணி அடிக்க இருவரும் திடுக்கிட்டு விலகிக்கொள்ளுகிறார்கள்.)

நீலா: (போனை எடுத்து) ஹல்லோ... யாரு வித்தியாவா? என்ன? அப்பா வராளா? தெருக்கோடியிலா... சரி... (போனைக் கீழே வைத்துவிட்டு) நீங்க போங்கோ... அப்பா வராளாம்.

ராமு: அப்போ நான் வரேன். நீ மனசைத் தைரியமா வெச்சுக்கோ... (அவளைச் சட்டென்று கட்டியணைத்து விட்டு, விடுவிடு என்று போய்விடுகிறான். அதே சமயத்தில் விசுவநாதய்யர் வருகிறார்.)

விசுவ: அம்மா எங்கே?

நீலா: கோவிலுக்குப் போயிருக்கா. இப்போ வந்துடுவா.

விசுவ: சரி, நீ போய் எனக்குக் கொஞ்சம் சூடா காப்பி கொண்டு வா. (நீலா போகிறாள். விசுவநாதய்யர் உஸ் என்று களைப்புடன் மேல் அங்க வஸ்திரத்தை எடுத்துவிட்டுச் சாய்வான நாற்காலியிலே சாய்கிறார். குப்புசாமி வருகிறான். அவனைப் பார்த்ததும் அவருக்கு அலுப்பு மேலிடுகிறது.)

விசுவ: நான் இப்போதான் அலைஞ்சுட்டு வந்திருக்கேன். உன்னோடே பேசுவது சிரமமாய் இருக்கும். (முகத்தைத் திருப்பிக் கொள்ளுகிறார்.)

குப்பு: என்ன அத்திம்பேரே... களைப்போ? ஆமாம் இப்படி என்னத்துக்கு அலையணும்? பேசாமே காலையிலே நான் சொன்ன மாதிரி எங்க கம்பனியில் பணம் போட்டு இருந்தா, ஒரு கஷ்டமில்லே. நீங்க பாட்டுக்கு குஷியா ஓய்விலே இருக்கலாம். நான் எல்லாம் பார்த்திண்டு இருப்பேன். மனுஷாளுக்குச் சொன்னால் தெரிஞ்சாத்தானே?

விசுவ: *(இகழ்வாக)* ஆமாம். நன்னா பார்த்துண்டு இருப்பே. அப்புறம் என் பேருக்கும் பணத்துக்கும் என்ன குறை வர முடியும்?

குப்பு: அடடா... இப்படி என்ன ஏளனம் செய்யறேள். நான் நிஜமாத்தான் சொன்னேன். உங்களுக்கு நம்பிக்கையில்லே ... இப்போ பாருங்கோ... கோடையூர் பேங்குக்குத்தான் அதிர்ஷ்டம் வாச்சுது.

விசுவ: என்ன உளறுறே...

குப்பு: ஒண்ணுமில்லே... காலையிலே சொன்னேனே... அது விஷயந்தான். அத்திம்பேரே, எங்க கம்பெனியை என்ன நெனச்சுட்டேள்? சந்திரா பேங்கும், கோடையூர் பேங்கும் ஒப்பமிடுவது சாதாரணமா?

விசுவ: *(நாற்காலியிலே நிமிர்ந்து உட்கார்ந்து)* பேங்குகள் ஒப்பமா? எத்தனைக்கு?

குப்பு: கோடையூர் தாமிரக் கம்பனி பத்து லட்சத்திற்கு ஷேர்கள் வெளியிட்டிருக்கிறது. அதிலே பொது ஜனங்கள் வாங்கினது போக பாக்கி...

விசுவ: *(இன்னும் கசப்புடன்)* அதாவது அனேகமாய் அத்தனையும்னு சொல்லேன்.

குப்பு: அப்படிச் சொல்ல முடியுமா? நான் வாங்குவேன்... பஞ்சாபகேசன் வாங்குவான்.

விசுவ: *(ஊக்கத்துடன்)* ஆமாம்... ஆமாம். புரிஞ்சுது. உன் பெயரும் பஞ்சாபகேசன் பெயரும் கம்பனி பேப்பரிலே அடிபடும். இதிலே நீ எத்தனை விழுங்குவாயோ, பஞ்சாபகேசன் எத்தனை பறிச்சுக்கப் போறானோ..!

குப்பு: அத்திம்பேரே, உங்களுக்கு ஏன் இப்படி எப்போதும் நாங்க அயோக்கியமாத்தான் இருப்போம் என்கிற எண்ணம் போகிறது? பஞ்சாபகேசன் லாபம் பண்ணறது இயற்கைதானே?

விசுவ: *ரொம்ப வாஸ்தவம். கோடையூராம்... தாமிரமாம்.*

குப்பு: *ஏன் இருக்கக்கூடாது? நீங்க அப்பவே பிடிச்சு சந்தேகப்படறதைப் பார்த்தா, உங்களுக்கு அத பத்தித் தெரியுமோ என்று கூடத் தோணறது.*

விசுவ: *(அசக்கம் கொடுத்த மாதிரி) என்ன? (பிறகு தன்னைச் சமாளித்துக் கொண்டு) அப்படியா? என்ன திமிர் உனக்கு? சரி, எக்கேடும் கெட்டுப் போ. (நீலா காப்பியோடு வருகிறாள். தகப்பனாரிடம் அதைக் கொடுக்கிறாள்.)*

குப்பு: *என்ன நீலா, எனக்குக் காப்பி கிடையாதா?*

நீலா: *ஆமாம், ஆமாம். பேசிப் பேசித் தொண்டை வற்றிப் போயிருக்கும். (சிரித்துக்கொண்டே போகிறாள்)*

குப்பு: *கோபிச்சுக்காதேங்கோ, அத்திம்பேர். ஆனா உங்களுக்குத் தெரியாதா? பிசினஸில் லாபம் எடுப்பது நியாய மில்லையா?*

விசுவ: *சரி, சரி. போரும். எனக்குப் புரிஞ்சு போச்சு. நீயும் பஞ்சாபகேசனுமா கம்பனி பணத்தை வாயிலே...*

குப்பு: *பார்த்தேளா..? நான் சொல்லற மாதிரி உங்களுக்கு என்னமோ எப்போதும் நாங்க நாணயக் குறைவா இருப்போமுன்னு எண்ணம்.*

(விசாலாட்சி அம்மாள் வருகிறாள்)

விசா: *என்ன நடக்கிறது? உங்கள பார்த்தா கோபமா இருக்கு. களைப்பாயும் இருக்கிறாப் போல இருக்கு. போன காரியம் ஜயமா?*

விசுவ: *அதெல்லாம் சரிதான். அலுப்பா இருந்தா உன் தம்பிதான் மருந்து. மனுஷாளைத் தொந்தரவுபடுத்தாமே... கவலை கொடுக்காமே போருமே எனக்கு. ஊம். நீயாச்சு, உன் தம்பியாச்சு. பேசிண்டு இருங்கோ... நான் மாடிக்குப் போய் கொஞ்சம் இளைப்பாறுகிறேன். (துண்டை எடுத்து மேலே போட்டுக் கொண்டு போகிறார்.)*

குப்பு: இங்கே ஏதாவது நடந்ததா?

விசா: இல்லையே.

குப்பு: அப்போ அந்தப் பிள்ளையாண்டான் எல்லாரையுமே ஏமாத்தப் போறானா?

விசா: யாரு...?

குப்பு: அதுதான் ராமு.

விசா: அவனா? அவன் என்ன செய்ய முடியும்?

குப்பு: நீ நெனச்சுண்டு இருக்கே. அத்திம்பேர் சம்மதிக்காட்டா அவனும் நீலாவுமா தானாகவே தீர்மானம் செஞ்சுடுவான்னு தோணறது.

விசா: அட கஷ்ட காலமே! நீ புத்தி சொன்னாயா...?

குப்பு: (தோள்களைக் குறுக்கினபடி) சிறுசுகள். நான் பழைய காலத்து மனுஷன். என் சொல்லை எங்கே கேக்கப் போறா...

விசா: பையன் கையிலே அதிகமாய் ஒண்ணும் இல்லே... அதனாலே பயமில்லைன்னு நெனச்சேனே...

குப்பு: அதென்னமோ கோடையூர் நாணா பிள்ளை பஞ்சாபகேசன் ஏதோ கேஸு கொடுத்திருக்கானாமே...

விசா: குப்பு... இதென்ன புதுசு புதுசா விஷயங்கள் சொல்லறே? உன்னோட திரிசமத்தையெல்லாம் இங்கே காட்டப் போறயா? (சந்தேகத்துடன்).

குப்பு: என்னை என்னக்கா அத்தனை கேவலமா நெனச்சுட்டியா?

விசா: இல்லை. கோடையூர் நாணா பிள்ளையும் ராமுவும் சேர்ந்துண்டா அழகாயில்லையே. இனிமேல் அத்திம்பேரிடம் சொல்லிடணுமுன்னு நெனக்கறேன்.

குப்பு: அவர் கேட்பாரா?

விசா: கேட்டுத்தான் ஆகணும்.

குப்பு: உனக்குத் தெரியாமல் இருக்குமா?

விசா: என்னது?

குப்பு: அத்திம்பேர் மனசைத் திருப்ப...

விசா: உளறாதே. அதுதான் பிரம்மப் பிரயத்தனம் ஆச்சே...

குப்பு: பின்னே, நீ அப்படிச் சொன்னாயே என்று பார்த்தேன்.

விசா: வேறு வழி...?

(நீலா காப்பியுடன் வருகிறாள்.]

குப்பு: ஓகோ... காப்பியைக்கூட மறந்துட்டேன். (அதை வாங்கிக்கொள்ளுகிறான்) இன்னிக்கு மத்தியானம் பேச்சு ஸ்வாரஸ்யமோ...?

நீலா: (சிரிக்கிறாள்) மாமா, உனக்குத் தெரியாத காரியம் கிடையாதோ...?

குப்பு: நான் முதலே இருந்தே சொல்லலே... குப்புவா கொக்கோன்னு. எல்லாம் இந்தக் குப்புசாமி அவர்கள் ஏற்பாடுதான். சரி... நான் வரேன். நீ சமத்தாய் இரு. என்ன? நான் வரேன், அக்கா... (போகிறான்)

விசா: (கொஞ்சம் கடுமையுடன்) மாமாவோடே என்ன சீராடல்?

நீலா: நான் என்னம்மா பண்ணினேன்?

விசா: என்னவா? அவன் என்னென்னமோ ஜாடையா சொல்லிட்டுப் போனான். நீ தலையை அசைக்கிறாய். எனக்கு ஒண்ணும் புரியலை.

நீலா: எனக்கும்தான்.

விசா: அதென்னமோ அம்மா, இந்த காலத்துப் பெண்களைப் பற்றி கண்டு சொல்லவே தெரியலை.

நீலா: நீ நிதானமாய் இரு.

விசா: அப்படி இருக்கணுமுன்னா, நீ அடங்கணும்.

நீலா: இல்லாட்டா....?

விசா: அப்பாகிட்டே சொல்ல வேண்டியதுதான்.

நீலா: இப்போ புதிசா என்ன சொல்லப் போறே....?

(விசுவநாதய்யர் குஷியாய், "விசாலம், விசாலம்" என்று கூப்பிட்டுக் கொண்டே வருகிறார். இவர்களுடைய முகத்தைப் பார்த்தவுடன் அவர் உற்சாகம் குன்றி விடுகிறது)

விசுவ: என்ன, சங்கதி? ஏன் இப்படி உங்கள் மூஞ்சி அறுந்து தொங்குகிறது?

விசா: எல்லாம் உங்க பொண்ணைக் கேளுங்கோ...

நீலா: எனக்கொண்ணும் தெரியாது. அம்மாதான் என்னமோ நெனச்சுண்டு கோபிச்சுண்டு இருக்கா...?

விசுவ: அப்படியா? (தன் மனைவியைக் காரணம் கேட்கும் முறையில் பார்க்கிறார்.)

விசா: எல்லாம் இந்தக் குப்புவோடே காரியம்னு நெனைக்கறேன்.

விசுவ: (திகிலுடன்) என்ன சொன்னான்?

விசா: என்னென்னமோ சொல்லாமலேயே சொல்லிவிட்டுப் போனான்.

விசுவ: நீலா, என்ன விசேஷம்?

விசா: அவள் ஏன் சொல்றா? ஆனா எனக்கென்னமோ, அவள் உங்ககிட்டே இருந்து ஒளிக்கிறதும் பிடிக்கலை. நீங்க பண்ணற அடமும் பிடிக்கலை.

விசுவ: நான் இப்போ என்னத்தைக் கண்டேன்?

விசா: அதுதான். அந்தக் கல்யாண விஷயத்தைத்தான் சொல்லறேன். பேசாமல் கோபாலய்யரிடம் போய் முகூர்த்தம் பேசுங்கோ...

விசுவ: *(கோபமாய்) அந்தப் பயலிடம் நான் போய் பேசறதா?*

விசா: *அப்போன்னா பொண்ணு உங்களை விட்டாச்சுன்னு நெனச்சுக்குங்கோ.*

விசுவ: *அப்படியா? (நீலாவைக் கோபத்துடன் பார்க்கிறார்) அப்படின்னா உங்கப்பாவைவிட நேத்திக்கி வந்த அந்தப் பயல் ஒசத்தி ஆயிட்டானா?*

நீலா: *இல்லை அப்பா, நான் ஒண்ணும் அப்படிச் சொல்லலை.*

விசா: *அவள் சொல்லலே... எனக்குத்தான் என்ன நடக்குமோன்னு பயமாய் இருக்கு. நீங்கதான் கொஞ்சம் தணிஞ்சு போகணும்.*

விசுவ: *விசாலம், ஊர் சிரிக்கும் அந்தக் குடும்பத்தோடா நாம் சம்பந்தம் பண்ணறது?*

விசா: *மனுஷான்னா குத்தமில்லாமே இருப்பாளா? நாமும் தெரிஞ்சும் தெரியாமலும் எத்தனையோ செஞ்சிருப்போம். இதையெல்லாம் பெரிசு பண்ணிண்டு இருக்கப்படாது.*

விசுவ: *சரியாப் போச்சு. பெண்ணுக்குப் பரிஞ்சுண்டு வரயேன்னு பார்த்தேன். இப்போ அவாளை விட நான்தான் ஏதோ பெரிய குற்றம் செஞ்ச மாதிரி பேசறயே...*

விசா: *உங்களை யாரு இப்போ என்ன சொன்னா? எல்லார்கிட்டேயும்தான் குத்தமிருக்கும். நம்ம மாதிரி இருக்கிறவா கொஞ்சம் க்ஷமிச்சுண்டுதான் போகணும்னு சொன்னேன்.*

நீலா: *நான்தான் உங்க இஷ்டப்படி இருக்க ஒப்புக்கொண்டாச்சே... இனிமேல் அவாளைப்பற்றி ஏன் பேசணும்? அதை நிறுத்திக் கொள்ளுங்கோ... அவாளைப்பற்றி அவதூறு சொன்னா, அதை மாத்திரம் நான் பொறுக்க மாட்டேன்.*

விசுவ: அப்பாடியோ... விசாலம், உன் பொண்ணோட வாயைப் பார்த்தாயோ? நீலா, இனிமேல் நீ ஆத்தோடே இருக்கணும். அவாத்துப் பெண்ணோடகூட பேசப் படாது. அவாளை மனசிலேகூட நினைக்கப்படாது.

நீலா: (தைரியமாய்) அதுதான் உங்க இஷ்டப்படி இருக்கேன்னு சொல்லியாச்சே... இனிமேல் அப்படி இருக்கணும், இப்படி இருக்கணும், மனசிலேகூட நினைக்கப்படாது என்று தடை உத்தரவு எல்லாம் போட்டு என் உள்ளத்தைப் புண்படுத்தாதேயுங்கோ...

விசா: இந்தா நீலா, கொஞ்சம் அடக்கமாய்ப் பேசு.

விசுவ: அப்படிச் சொல்லு. கேட்டுண்டு இருக்கயேன்னு பார்த்தேன்.

நீலா: நான் இப்போ என்ன சொல்லிட்டேன்.

விசுவ: (கோபத்துடன்) இனிமேல் அந்தச் சிவராமனைப் பற்றிய எண்ணத்தை அடியோடு விட்டுடணும். தெரிந்ததா?

நீலா: (தைரியமாய்) அப்பா, நான்தான் சொல்லியாச்சு உங்க இஷ்டப்படி அவாளோடு பேசவில்லை... அவாளைப் பார்க்கவில்லைன்னு. அதுக்கு மேலே என்னோட மனசை, என் அந்தரங்கத்தை துளாவிப் பார்க்க உங்களுக்கு உரிமை கிடையாது.

விசுவ: என்ன தைரியம் பார்த்தாயா? விசாலம், நீ சொன்னது சரி. இவளைப் படிக்க வெச்சது தப்பு. நீலா, உன்ன பெத்து, வளர்த்து, சீராட்டின தகப்பனார் சொல் கேட்க இத்தனை கஷ்டமா?

நீலா: அப்பா, அகத்தே அடிமை ஆக்க சுய கௌரவமுள்ள யாரும் சம்மதிக்கமாட்டா...

விசுவ: என் மனசு போல் ஒரு வார்த்தை கேட்பது கௌரவக் குறைவா? சிறு வயதிலே எனக்கு அரை

வயிறு சோறுகூட கிடைக்காமல் திண்டாடினேன். நான்தான் இவ்வறுமையினால் கஷ்டப்பட்டேன். என் பொண்ணுக்காவது அது இருக்கப்படாதுன்னு ராப்பகலாக உழைச்சு திரவியம் தேடினேன். இப்போ என்னான்னா, இந்த ஒரு சிறு சொல் கேட்பது கூட உனக்குப் பெரிய தியாகமா தோண்றது. *(நீலா திடுமென்று நிமிர்ந்து நின்றுகொண்டு பளிச்சென்று ஒளி வீசும் முகத்துடன் பேசுகிறாள்)*

நீலா: ஆமாம். என்னைப் பெத்தேள், வளர்த்தேள். எனக்காகப் பாடுபட்டு திரவியம் தேடினேன். அதுக்காக ஆயுள் பூரா நான் உங்கள் சொல்படி கேக்கணுமா? உங்களுக்கு அடிமை ஆகணுமா?

விசா: பெத்தவா சொல் கேட்பது குழந்தைகள் கடமை.

நீலா: கடமை... கடமையாவது... அதை மடமைன்னு சொல்லுவேன். நீங்க மடத்தனமாய், என்னைக் கொஞ்சிக் குலாவிண்டு, ஒரு போதுபோக்குப் பொம்மையாய் வளர்த்துட்டேள். இப்போ எனக்குன்னு இச்சைகளும் ஆசைகளும் இருப்பது பிடிக்கலை.

விசா: உன்னோடு நல்லதுக்காத்தான் அப்பா இப்படி சொல்லறா. உன்னோட வருங்கால சந்தோஷத்தை உத்தேசித்துதான் அப்படிப் பேசறா...

நீலா: *(உதாசீனமாய்)* என்னுடைய ஆசைக் கோட்டைகளை எல்லாம் தகர்ப்பதுதானா எனக்குச் சந்தோஷத்தைக் கொடுக்கும்?

விசுவ: உனக்கு எது நல்லது, எது கெட்டதுன்னு தெரிஞ்சிக்க வயசாகலை. நங்கதான் பெரியவாளாய் யோசித்துச் சொல்லணும்.

நீலா: அப்பா, நான் கூடியமட்டும் உங்க இஷ்டப்படி போகணும்னு பார்த்தேன். இன்னிக்கு இல்லாட்டா

என்னிக்கி ஆனாலும் உங்க மனசு இளகாதா... அதுவரையில் என் இச்சைகளை மனசுக்குள்ளே வெச்சுக்கலாமுன்னு நெனச்சேன். ஆனா, நீங்க பேசப் பேச என் உள்ளம் தெளிஞ்சு போச்சு. உங்களுக்கு ஒருநாளும் புத்தி வரப் போறது இல்லை. உங்க சொல்படி கேட்டா நான் ஆயுசு பூரா உருகிச் சாக வேண்டியதுதான்.

விசுவ: *நீலா, இதென்ன பேச்சு. அழகா இல்லையே...*

நீலா: *(அவரைக் கவனிக்காமல்) தான் திடமாய் தீர்மானம் பண்ணிட்டேன். இத்தனை நாள் இல்லாத தைரியம் நீங்க பேசிண்டு இருந்த இந்தக் கடைசி அஞ்சு நிமிஷத்துல வந்துடுத்து. அப்பா நான் போறேன்.*

விசுவ: *(திகைப்புடன்) போறயா? எங்கே? நீலா, எங்கே போறே?*

நீலா: *(நிதானமாய்) என் மனசிலே வரிச்சவரிடம்.*

விசா: *நீலா, இப்படிப் பேச உனக்கு எப்படி மனசு வர்றது?*

நீலா: *அப்பா, நான் என்ன செய்ய முடியும்? அவா அவா செஞ்சது அவா அவா அனுபவிக்கணும். படிக்க வெச்சா, பொண்ணுக்குப் பக்குவம் வரும். பிறகு, தான் என்கிற அபிப்பிராயம் வரும், அப்புறம் சுதந்திரமாக அவ இஷ்டப்படி எல்லாம் நடப்பாள்; அதை நாம் பொறுத்துண்டுதான் போகணுமுன்னு நினைக்காமே படிக்க வெச்சுட்டேள். இப்போ நன்னா படுங்கோ. இத்தனையும் ஆன பிறகு என்னைக் கட்டாயப்படுத்த முடியுமா? நீங்க செஞ்சதுக்கு வினையை நன்னா அனுபவியுங்கோ. (அழுத்தமாய்ப் பேசிவிட்டு வெளியே போகிறாள்.)*

விசுவ: *விசாலம், இதென்னடி இப்படி ஒரு இடி. நீலா இல்லாமே எனக்கு இருக்கவே முடியாதே.*

விசா: *பதறாதேயுங்கோ. தானே சரியாய் போயுடும். திரும்பி வருவாள்.*

விசுவ: *அவள் வரமாட்டாள். எனக்குப் பொண்ணுதானே! தான் பிடிச்ச பிடியை விடமாட்டாள். ஆனா, அதென்னடி அப்படிச் சொல்லிவிட்டுப் போனா...? என்னிக்கோ ஏதோ பாவம் செஞ்சா, ஆயுள் பூரா அதுக்கு பிராயச்சித்தம் செய்யணுமா?*

விசா: *என்ன பாவம்? நீங்க இப்போ ஒண்ணும் செய்யல்லே. வீணாய் மனசை அலட்டிக்காதேயுங்கோ.*

விசுவ: *நீலா சொல்லிட்டுப் போனதுக்கும், என் மனசிலே இருக்கிற மருவுக்கும் சரியாய்ப் பொருத்தமாய் இருக்கே.*

விசா: *(புரிந்துகொண்ட மாதிரி) போனதை நெனச்சுண்டு என்ன பண்ணறது? இனிமேலாவது உங்க கோபத்த மறந்துட்டுக் குழந்தையைத் திரும்பிக் கூப்பிடுங்கோ.*

விசுவ: *முடியாது, விசாலம். முடியவே முடியாது. என் மனம், உயிர், ஆவி எல்லாத்துக்கும் மேலா அவளை வெச்சிருந்தேன். அவ இப்படி சொன்னதே கேட்காமல் போனது அல்லாமே, என் அன்புக்கு ஒரு துளி மதிப்பு கொடுக்காமே இருந்தாளே... நீங்க செஞ்ச அசட்டுத்தனத்துக்கு நன்னா படுங்கோன்னு சொன்னாளே, அவ வார்த்தை ஒவ்வொண்ணும் என் மனசே வெட்றதே. இனிமே அவளைக் கூப்பிடுவேனா..? மாட்டவே மாட்டேன். ஆனா, விசாலம் மனசிலே ஒரு மறு.*

அங்கம் 3

(அதே கூடம். ஆறு மாதங்கள் கழிந்துவிட்டன. சமயம் காலை வேளை. விசாலாக்ஷி அம்மாள் கொத்தமல்லி ஆய்ந்துகொண்டிருக்கிறாள். அவள் முகம் சோர்ந்து வாடியிருக்கிறது. சங்கரன் வருகிறான்.)

சங்க: *ஆச்சா, அம்மா...?*

விசா: ஆமாம்... அதெல்லாம் எடுத்துண்டு போ... இந்தக் கொத்தமல்லியை மாத்திரம் ஆஞ்சுடறேன். (சங்கரன், காய்கறி இருக்கும் பாத்திரங்களைத் தூக்கிக்கொண்டு போகும்போது வித்தியா மெல்ல உள்ளே வருகிறாள்.)

வித்தி: மாமி...

விசா: (நிமிர்ந்து பார்த்துவிட்டு ஆச்சரியத்துடன்) என்னம்மா வித்தியா? வா, உன்னைக் காணவேயில்லையே...?

வித்தி: மாமி... மாமா இருக்காரா?

விசா: இருக்காரே? வரச்சே வாசப்பக்கத்து அறையிலே பார்க்கலே?

வித்தி: இல்லே மாமி. நான் விடுவிடுன்னு வந்துட்டேன். மாமாவைப் பார்க்க பயமாய் இருந்தது. ஒருவேளை அங்கே இருந்தால் நம்மைக் கூப்பிடுவாரோன்னு பார்க்காமே வந்துட்டேன்.

விசா: அதென்னடி பயம்? மாமா, உன்னை என்ன பண்ணுவார்?

வித்தி: ஒருவேளை இந்த ராமுவும் நீலாவும் அப்படி போனதுக்கு என்னைக் குற்றம் சொல்லுவாரோன்னு....

விசா: நன்னாயிருக்கு. அவா புத்தி அப்படிப் போனா, நீ என்ன செய்வே? அதுக்காகவா அதிலிருந்து வராமே இருக்கே?

வித்தி: நீங்க அமைதியாய் இருப்பேள்னு தெரியும் மாமி. ஆனா மாமாவும் எங்கப்பா மாதிரி இருந்தா...

விசா: உங்கப்பா ரொம்பக் கோபமாய் இருக்காரா?

வித்தி: கோபமாய் இல்லை... தோரணையில் இருக்கார்.

விசா: அப்படீன்னா...? இந்தக் காலத்துக் குழந்தைகள் பேசறதே புரியமாட்டேங்கிறதே...

வித்தி: எங்க அப்பா என்னிக்கோ பெரிய உத்தியோகப் பதவியில் இருந்தார் மாமி. அதை மறக்கவே இல்லை.

விசா: அப்படியா? என்னமோ அம்மா, தகப்பனாரைப் பற்றி இத்தனை மரியாதைக் குறைவா பேசறயே. உன் தோழி நீலாவும் அப்படியே பேசிட்டுப் போனாள்.

வித்தி: நீலாவைப் பற்றித்தான் சொல்ல வந்தேன் மாமி.

விசா: என்ன சமாசாரம்? அவளாவது சந்தோஷமாய் இருக்காளோல்லியோ?

வித்தி: அதுதான் இல்லை. அவருக்கு உடம்பே நேரே இல்லை. துரும்பா இளைச்சுட்டா....

விசா: (கொஞ்சங்கூட அதிராமல்) ஆமாம், செல்லமாய் வளர்ந்தாளோ இல்லையோ.... இப்போ காரியம் செஞ்சா உடம்பு இளைக்கத்தான் இளைக்கும்.

வித்தி: அதில்லே மாமி, அவ மனசோடு உருகறா மாமி...

விசா: யாருக்காக? அதுதான் அகத்துக்காரர் கிட்டே இருக்கிறார். அப்பா அம்மாவே அவளுக்குத் தேவை இல்லே...

வித்தி: என்ன மாமி, அப்படி ஒரேயடியாய்ச் சொல்லிட்டேள்?

விசா: பின்னே... நீயே சொல்லு. யாருக்காக விசனம்?

வித்தி: என்னமோ கவலை இருக்கு. என்னன்னு சொல்லத் தெரியலை. உங்களைப் பிரிஞ்ச துக்கமும் இருக்கு....

விசா: இப்போ யோசிச்சி என்ன லாபம்? மாமா அதை எல்லாம் இனிமேல் காது கொடுத்துக் கேக்கவே மாட்டார்.

வித்தி: (கெஞ்சும் மாதிரியில்) மாமி, நான் சும்மா பேச வந்தேன்னு நெனக்காதேயுங்கோ.... நீலா என்னமோ ரொம்ப அழறா. விஷயம் தெரியலை. ராமு முகத்திலும் ஒரு திகில், பயம்ன்னுகூடச் சொல்லலாம். என்ன சமாசாரம்னு சொல்ல மாட்டேன் என்கிறா...

(குப்புசாமி வருகிறான். கையில் வெற்றிலை, சுண்ணாம்பு; வாயில் புகையிலை... வெற்றிலை போட்டுக்கொண்டே...)

குப்பு: என்ன அக்கா...? ஒரு மாதிரியா இருக்கே...? ஏ.... குட்டி வித்தியா.... எங்கேயடி வந்தே...?

(வித்தியா, ‘‘நான் வரேன் மாமி’’ என்று முணுமுணுத்துவிட்டு அவசரமாய் ஓடி விடுகிறாள். குப்புசாமி அவள் போவதை ஆச்சரியத்துடன் பார்க்கிறான்.)

குப்பு: என்ன விசேஷம்? அவள் ஏன் இப்படி ஓடறாள்? நீயும் ஏன் மூஞ்சியை இப்படித் தொங்கப் போட்டுண்டு இருக்கே...?

விசா: எல்லாத்துக்கும் நீதான் காரணம் என்று நெனைக்கறேன்.

குப்பு: அட.... டா... நான் என்ன பண்ணினேன். நான் எப்போ வந்தாலும், என்னை ஏதாவது குற்றம் சொல்லறயே...

விசா: பின்னே என்னவாம்? நீலாவுக்கு உடம்பு சரியில்லையாம். இப்போதான் வித்தியா சொல்லிவிட்டுப் போனாள். அதுமட்டுமா? ராமு, நீலா ரெண்டு பேரும் ஏதோ கவலையாம், உருகுறாளாம். என்னவா இருக்கும் என்கறேன்?

குப்பு: உன் பொண்ணு சமாசாரம் எனக்கு என்ன தெரியும்?

விசா: தெரியாதா? இதுக்கெல்லாம் நீதான் காரணம்னு எனக்கு முதல் நாளே பிடிச்சுத் தோணறது.

குப்பு: என்னக்கா, அப்படி சொல்லறே....? நீலாவுக்கு உடம்புக்கு வரணுமுன்னு நானா பிரார்த்திச்சேன்?

குப்பு: அவ்வளவு தைரியமா அந்தச் சின்னவா ரெண்டு பேரும் தானாய்ப் புறப்படலாமா?

விசா: நான் ஒரு பாவத்தையும் அறியேன்.

விசா: அன்னிக்குக்கூடச் சொன்னயே... கோடையூர் பஞ்சாப கேசன், ராமுவுக்கு வேலை கொடுத்திருக்கான்னு....

குப்பு: ஆமா... ஆமா... அதுக்கு நான் என்ன பண்ணட்டும்? ராமுவுக்குச் சீமை படிப்பு இருக்கு. நிறைய டிகிரிகள்

இருக்கு. பஞ்சாபகேசனுக்கு தாமிர ஆராய்ச்சி செய்ய ஆள் வேண்டியிருக்கு. அதுக்கு நான் என்ன செய்யட்டும்?

விசா: *(அவனைக் கடுமையாய்க் கவனித்த வண்ணம்) எனக்கென்னமோ உன் மேல் அப்பவே பிடிச்சு சந்தேகந்தான்.*

குப்பு: *அதிருக்கட்டும். இப்போ என்னமோ குழந்தைக்கு உடம்பு சரியாயில்லேன்னு சொன்னாயே, அதுக்கு என்ன பண்ணப்போறே?*

விசா: *என்ன பண்ணறது? அத்திம்பேர்தான் இப்படி ஒரே கோபமாய் இருக்கார். என்னால் என்ன முடியும். வேணா, நான் மாத்திரம் போய்ப் பார்க்கலாம்.*

குப்பு: *அதென்ன பிரயோசனம்?*

விசா: *அப்போ உடம்பு மாத்திரம் இல்லை, வேறு ஏதோ கஷ்டமும் இருக்குன்னு சொல்லு.*

குப்பு: *அப்படித்தான் நானும் கேள்விப்பட்டேன்.*

விசா: *சும்மா என்கிட்டே சொல்லி என் மனசை வருத்துவதிலே என்ன லாபம்? ஊம்...*

(கொத்தமல்லியை ஆய்ந்து முறத்தில் எடுத்துக்கொண்டு பெருமூச்சுடன் சமையலறைப் பக்கம் போகிறாள். குப்புசாமி முகத்தில் வெற்றிக் குறி; தந்திரமான ஒரு சிரிப்பு. அப்போது விசுவநாதய்யர் உள்ளே வருகிறார். முன்பு அங்கங்களில் இருந்த ஜோர் அவரிடம் இப்போது காணோம். அவரும் வாடினாற்போல் இருக்கிறார். குப்புசாமியைப் பார்த்து அருவருப்புடன்...)

விசுவ: *அடா, நீ இருப்பது தெரிஞ்சா இங்கே வந்திருக்கவே மாட்டேனே! எப்போ வந்தே... இப்போ என்னென்ன அட்டூழியம் செய்ய திட்டம் போட்டுண்டிருக்காய்...?*

குப்பு: *(சிரித்தபடி) ஒண்ணுமில்லை. இப்படி உங்களையும்*

அக்காவையும் பார்த்துட்டுப் போகலாமுன்னு வந்தேன். இப்போ எல்லாம் எனக்கு ஒழியறதா என்ன? கம்பெனி வேலை முழியைப் பிதுக்குகிறதே!

விசுவ: *கணக்கு வழக்கெல்லாம் நீதான் பார்க்கறயோ...?*

குப்பு: *இல்லாமே... கொஞ்ச காசா போட்டிருக்கு...*

விசுவ: *சரி, சரி. உன்னோட பிசினஸ் திறத்தை எல்லாம் இப்போ இங்கே காட்டாதே; போரும்.*

குப்பு: *திறன் என்ன? எல்லாம் கத்துண்டா வந்துடறது....*

விசுவ: *சரி, கத்துண்டாச்சோ இல்லையோ... ரொம்ப சந்தோஷம். (தன் அறைக்குப் போகப் புறப்படுகிறார்)*

குப்பு: *உங்களாட்டமா அத்தனையும் கத்துக்கல்லே... இருந்தாலும் பயல் ராமு மாதிரி முழு அசடும் இல்லே. (இதைக் கேட்டதும் விசுவநாதய்யர் தயங்குகிறார்) ஆராய்ச்சி செய்யும்போது விசாரித்து நிதானமாய்ச் செய்ய வேண்டாமோ... இவா எல்லாம் சீமையிலே எப்படித்தான் கோட் அடிக்காமே வராளோ...?*

விசுவ: *(அவரையும் அறியாமல்) என்ன ஆச்சு?*

குப்பு: *(குதூகலமாய்) ஒண்ணுமில்லை. பையன் 'மினரல் எக்ஸ்பர்ட்டு' ன்னு போர்டு போட்டுண்டானா? பஞ்சாபகேசன் இருக்கானே, அவனைத் தன் நிலத்திலே தாமிர ஆராய்ச்சி செய்றதுக்கு அழைச்சான். பையனும் தரைகளைப் பார்வையிட்டு ரிப்போர்ட்டு எழுதினார். அதே வெச்சுண்டு கோடையூர் பாங்கும் சந்திரா பாங்கும் எங்க கம்பனி ஷேர்களை 9 லட்சத்துக்கு மேலே முன்னாலே செஞ்சிருந்த ஒப்பந்தப்படி வாங்கிட்டா. இப்போ என்னா இன்னா கம்பனி வருஷாந்திரக் கணக்கு கொஞ்சம் தவக்கப்படறது...*

விசுவ: *(கடகடவென்று சிரித்துக்கொண்டு) தவக்கப்படறதா? படும் படும். ஏன் ஷேர் வாங்கின பேங்கு பணமெல்லாம் எங்கே போச்சு? உன் வாயிலா...?*

குப்பு: *(மழுப்பினபடி) என்ன அத்திம்பேர்... கம்பனி, முன்னேற சிலவு இல்லையா..? தோண்ட வெட்ட, மிஷின் வாங்க, கூலி கொடுக்கன்னு எத்தனை ரகம் இருக்கு...*

விசுவ: *நீ சொல்றதை எல்லாம் எப்படி நம்பறது?*

குப்பு: *இப்போ என்னமோ கம்பனிக் கணக்கை பாங்கு விசாரணை செய்யத் தொடங்கிட்டா. கோடையூர் தாமிரக் கம்பனி நிலத்திலே தாமிர ஆராய்ச்சி இப்போ பிரமாதமாய் நடக்கிறது.*

விசுவ: *(தயங்கினபடி) நல்லதுதானே! சிவராமன் ரிப்போர்ட்டு ரொம்ப உயர்ந்ததுங்கிற தீர்ப்பு வரட்டுமே.*

குப்பு: *அத்திம்பேரே... உங்களுக்குத் தெரியாதா? வருமா...?*

விசுவ: *(தைரியத்துடன்) ஏன் வராது?*

குப்பு: *(தோள்களைக் குறுக்கினபடி) நீங்க வரும் என்று சொன்னா சரிதான்.*

விசுவ: *ஏன் உனக்கு ராமு பேரிலே சந்தேகமா?*

குப்பு: *இல்லை.*

விசுவ: *பின்னே...?*

குப்பு: *எனக்கு ராமு பேரிலே சந்தேகமில்லை. ஆனால் அவன் தீர ஆராய்ச்சி செய்யாம, அந்த அமெரிக்க ரிப்போர்ட்டை முழுக்க நம்பிவிட்டான் என்று தோன்றது.*

விசுவ: *அப்போ அந்த அமெரிக்க ரிப்போர்ட்டுதான் பொய்யோ...?*

குப்பு: *அதுவுமில்லை.*

விசுவ: *(ஆச்சரியத்துடன்) அதுவும் இல்லையா?*

குப்பு: *அத்திம்பேரே, உங்களுக்குக்கூட ரொம்ப நாள் முன்னாலே அந்தக் கோடையூரில் தரை இருந்ததோ...?*

விசுவ: *(சற்று சந்தேகத்துடன்) ஆமா, அது எந்த நாளிலோ...?*

குப்பு: *அதை நீங்க என்ன பண்ணினேள்...?*

விசுவ: *அதுவா...? அதை அப்போதே வித்தாச்சே...*

குப்பு: *அப்படியானால், நீங்கள் வாங்கின தரையிலே லோகமில்லையோ?*

விசுவ: *ஊம்... ஊம்... அது சும்மா கட்டாந்தரையா கிடந்தது. வித்துட்டேன்.*

குப்பு: *அப்போ உங்க பெயர் எப்படி அந்த நாணா தரை தஸ்தாவேஜுகளில் இருக்க முடியும்? முடியாது இல்லே. அது வேறு விசுவநாதய்யராக இருக்கணும். (விசுவநாதய்யர் மௌனமாய் இருக்கிறார்.) என்னமோ இந்த ராமு பெயர் கெடாமல் இருந்தா போரும். பேங்கு விசாரணையில் சூது வெளிப்பட்டுட்டா, அப்புறம் பையனுக்கு அவமானம் மாத்திரம் இல்லே, டிகிரிகளைக்கூட கோர்ட்டு மூலமாய் எடுத்து விடலாம். அப்புறம் அதோ கதிதான்.*

விசுவ: *(பதற்றத்துடன்) சூது என்னத்துக்கு வெளிப்படப் போறது? சூது இருந்தாதானே... சிவராமன் அயோக்கியமாய் இருக்கவே மாட்டான்.*

குப்பு: *(ரகசியமாய்) அத்திம்பேரே, அதுதான் ராமு அமெரிக்கன் ரிப்போர்ட்டை நம்பிட்டான்னு சொல்லிவிட்டேனே. அவன் ஒண்ணும் செய்யலே... இதுலே என்னமே ஒரு பெரிய மர்மமிருக்கு. என்னன்னு புரியலை... பஞ்சாபகேசனுக்கு ஒரே குழப்பம்.*

விசுவ: *எதைப்பத்தி....?*

குப்பு: *அதுதான். தரையிலே தாமிரம் இருக்குமா, இல்லையான்னு சந்தேகப்படறான். இப்போ ஆறு மாசமாய்த் தோண்டறானா. ஒண்ணையும் காணோம்.*

விசுவ: *அதெப்படி முடியும்?*

குப்பு: *நீங்க கூட முதல்லே சந்தேகப்படலை?*

விசுவ: *(கொஞ்சம் குழப்பத்துடன்) அதென்னமோ சொன்னேன். உன் தரையைப் பற்றி எனக்கு என்ன தெரியும்?*

குப்பு: *பஞ்சாபகேசன் ஏதோ சூது இருக்குன்னு நினைக்கிறான். அது அமெரிக்கன்கள் வரத்துக்கு முன்னாலேயே நடந்திருக்கணுமுன்னு ஊகம். என்னது எப்படி நடந்ததுன்னு தீர்மானமாய்ச் சொல்ல முடியாவிட்டாலும், எங்கிருந்தோ நிறைய தாமிரம் வந்து அங்கே புதையல் ஆயிருக்கன்னு தோன்றது. அதை அங்கங்கே சாமர்த்தியமா புதைச்சிருக்கா.... அப்புறம் அமெரிக்கன்களையும் அப்படி இப்படி கோடு கிழிச்சா போல் அழைச்சிண்டு போயி ஏமாற்றி இருக்கான்னு தெரியறது. ஆனா ஒரு ருசுவையும் காணோம், யார் செஞ்சா, எப்போ செஞ்சா, ஒண்ணும் தெரியலை. (அவர் பேசிக் கொண்டு போகிறபோது விசுவநாதய்யர் முகம் சுண்டிக் கருத்து விடுகிறது. மெதுவாகச் சமாளித்துக் கொண்டு பழைய ஜோருடன் குப்புசாமியைத் தாக்கப் பார்க்கிறார்.)*

விசுவ: *எல்லாம் கால் திருடன், முழுத் திருடன் என்பது போலே உங்க பிசினஸ், நீங்க வாங்கின தரை, அதிலே சூதுன்னு ஏற்றாப்போல் இருக்கே... (சிரிக்க முயல்கிறார். பிறகு கோபத்துடன்) இதே எங்கிட்ட சொல்ல வேறு வந்தயோ... வெக்கமில்லே. பிசினஸ் பண்ணானாக்கும், பிசினஸ். எக்கேடும் கெட்டுத் தொலை.*

குப்பு: *அதுக்காகச் சொல்லலே, அத்திம்பேர். இப்போ எங்களைப் பத்திக் கவலையில்லை. நாங்க எப்படியாவது சமாளிச்சுப்போம் (விசுவநாதய்யர் பொய் நகை நகைக்கிறார்) அதெப்பற்றி இல்லே... இந்தப் பையன் சிவராமன்... ஏதோ குழந்தே...*

விசுவ: எனக்கு அப்பவே பிடிச்சித் தெரியும். நீ போகிற வழியிலே ஏதாவது மாட்டிக்க ஒண்ணு வெச்சு இருப்பேன்னு.... அயோக்கியப் பயலே, இறங்கு வெளியே.... உன் மூஞ்சியை இனிமே இங்கே காட்டாதே.

(விசாலாக்ஷி அம்மாள் வருகிறாள்.)

விசா: என்ன கூச்சல் போடுகிறேள்? என்ன ஆச்சு?

விசுவ: என்ன ஆச்சா...? ஒண்ணுமில்லே... எல்லாம் உன் தம்பி விஷ வித்தை நட்டுட்டு, இப்போ வந்து ஆவலாதி சொல்லறான். உன் குழந்தையைக் கிணத்திலே தள்ளிப்பிட்டுத் தானும் குதிச்சிருக்கான். இப்போ அவளை இழுத்தால், இவனும் தொத்திப் பிடிச்சுண்டு பிழைச்சுப்பான். எனக்கு வர கோபத்துக்கு அவனை அப்படியே...

குப்பு: அக்கா, அத்திம்பேர் ரொம்ப கோவிச்சுக்கிறார். ஏதோ குழந்தைகளுக்கு ஒத்தாசை பண்ணணுமுன்னு நெனச்சேன். அதே என்னமோ தப்பு அர்த்தம் பண்ணிண்டு....

விசுவ: தப்பு அர்த்தமா பன்றேன்? விசாலம், உன் தம்பி என்ன மாதிரி வஞ்சனைக்காரன் என்று உனக்குத் தெரியுமா? ஒண்ணுந் தெரியாத அந்த சிவராமனைப் பிடிச்சு இழுத்து இவாளோடே போய் கம்பனிக்கி நற்சாட்சியாய் ரிப்போர்ட்டு எழுதப் பண்ணி இருக்கான். அங்கே தாமிரமும் இல்லே ஒண்ணுமில்லே.... அந்தப் பித்துக்குளியும் இவாளோட சூதுவாது தெரியாமே இவா அங்காங்கே காமிச்ச லோகத்தை வெச்சுண்டு, தீர ஆராயாமே எல்லாத்தையும் நம்பிடுத்து. அது போறாமே ஒரு பெரிய ரிப்போர்ட்டு வேறே எழுதி விட்டானாம்.

குப்பு: அதிருக்கட்டும் அத்திம்பேரே, இப்படி எல்லாம் தந்திரமாய் வேலை செய்யக் கத்துக் கொடுத்தது யாரு? *(அவரைக் குறிப்பாய்ப் பார்க்கிறான்.)*

விசுவ: *சீ வாயை மூடு... இவன பார்க்கவே என்னாலே சகிக்கலே... நான் போறேன். நீ வேணுமானால் உன் தம்பியோடே கொஞ்சு. (விடுவிடுவென்று வாசற்பக்கத்து அறைக்குள் போகிறார்)*

விசா: *குப்பு, இதெல்லாம் நிஜமா...?*

குப்பு: *அதேன் கேக்கறே.... அக்கா. நான் ஒண்ணும் செய்யலே. அந்தக் குட்டி நீலா இப்போதான் விஷயத்தைச் சொன்னாள். சிவராமன் எக்கச்சக்கமாய் அகப்பட்டுண்டு இருக்கானே... ஏதாவது செய்யலாமுன்னு அத்திம்பேர்கிட்டே ஓடி வந்தேன். அவர் என்னடான்னா என்னைப் பிடிச்சு வையறார்.*

விசா: *ஏண்டா, ராமு பொய் ரிப்போர்ட்டு எழுதினானா...?*

குப்பு: *இல்லே. அத்திம்பேர் சொன்னதைக் கேட்டயோ இல்லையோ? எங்கேயோ ஏதோ மோசடி இருக்கு. எப்படி நடந்ததுன்னு தெரியலை. யாரோ அந்தத் தரையிலே லோகமிருக்கன்னு காட்ட, அங்கங்கே தாமிரத்தை மண்ணோட கலந்து புதைச்சிருக்கா... அது தெரியறது. ஆனால், அந்தச் சமாசாரம் எப்போ நடந்ததுன்னு சொல்லத் தெரியலை. பஞ்சாபகேசனோட சூதா இல்லாட்டா அப்பவே நாணா தரையை வாங்கும்போதே மோசம் போனாரா...? என்னன்னு புரியலை. மோசடிக்காரன் யாருன்னு தெரியலை. ஆனா சிவராமன் என்னமோ அமெரிக்கன் ரிப்போர்ட்டை நம்பி, தானும் அதுக்கு ஒப்பிதமாய் எழுதிவிட்டான்.*

விசா: *ஏண்டா இப்போ என்ன ஆகும்?*

குப்பு: *பேங்கு மும்முரமாய் விசாரணை செய்யறா... கள்ளத்தனமுன்னு ருசுவாயிட்டா கேஸு போட்டாலும் போடுவா. அப்புறம் என்ன ஆகுமோ யார் கண்டா... கோர்ட்டு தீர்ப்பு மூலம் சிவராமனுக்கு நஷ்டமும் அவமானமும் வரலாம். இந்தத் தொழிலுக்கு*

அவன் லாயக்கு இல்லே. அதுனாலே இனிமேல் அந்தப் பதவியை விட்றடணுமுன்னு சொல்லலாம்.

விசா: *அட கஷ்டமே! என்ன அவமானம்? இதுக்கு என்ன செய்யலாம்னு புரியலையே!*

குப்பு: *ஏன் புரியலை...? அத்திம்பேர்தான் உதவணும். எல்லாம் உனக்குத் தெரியாதா என்ன? அன்னிக்கிக் கூட உனக்கு எல்லாம் தெரியுமுன்னு சொன்னயே..... (அவளை அர்த்தபுஷ்டியுடன் பார்க்கிறான்.) (மேலும் தலையை ஆட்டிக்கொண்டு) அப்போ நான் வரட்டுமா அக்கா...? இனிமேல் உன் கையில்தான் இருக்கு. வரட்டுமா? (வாசல் வரையில் போனவன் ஏதோ நினைத்துக்கொண்டாற்போல் திரும்பி) ஆமாம், அந்தப் போண்ணு நீலா, சோமு ஆத்திலே வந்து உன்ன பார்க்கணுமுன்னு காத்துண்டிருக்கு... வரச் சொல்லட்டுமா...?*

விசா: *(விசனத்துடன்) சொல்லு, என்னால் முடிஞ்சதைப் பார்க்கறேன்.*

(குப்புசாமி போகிறான். இரண்டு நிமிஷங்கள் கழித்து விசுவநாதய்யர் வருகிறார்.)

விசுவ: *ஒழிந்தானா...? போறானான்னு வாசலையே பார்த்துண்டு இருந்தேன். குடியைக் கெடுக்க வந்த கோடாலிக் காம்பு. விசாலம், என்னைத் தொலைக்கணும்னு உன் தம்பி கங்கணம் கட்டி இருக்கான்.*

விசா: *அவனைச் சொல்லி என்ன பயன்? நம் விதியை நாம்தானே அனுபவிக்கணும்? நாம் செய்ததுக்குப் பிறத்தியார் எப்படி தண்டனை ஏத்துக்க முடியும்?*

விசுவ: *(அவளைச் சந்தேகத்துடன் பார்க்கிறார். பிறகு மிக்க சிரமத்துடன் தைரியத்தை வரவழைத்துக்கொண்டு) நீ சொல்லறது ரொம்ப சரி. அவா அவா செய்த வினைக்கு, வினையை அவா அவாதா*

அனுபவிக்கணும். குப்பு நன்றாக உதைபடணும். அப்போதான் அவனுக்குச் சொரணை வரும்.

விசா: குப்பு மாத்திரமானா தேவலையே... இந்தப் பொண்ணும் உருகிச் செத்துவிடுமே!

விசுவ: (திடுக்கிட்டவாறு) என்ன விசேஷம்? நீலாவுக்கு என்ன ஆச்சு?

விசா: என்ன ஆயிருக்கும்? சிவராமன் இப்படி அகப்பட்டுண்டு இருக்கச்சே அந்தப் பொண் உடம்பு எப்படி நன்னாயிருக்கும்? வித்தியா வந்து சொல்லிவிட்டுப் போனா. நீலா துரும்பாய் இளைச்சு இருக்காளாம்.

விசுவ: (பதற்றத்துடன்) என்ன என்ன...? ரொம்ப மெலிஞ்சு போயுட்டாளோ...?

விசா: (அலட்சியமாய்) அதென்னமோ... யார் பார்த்தா? நாம்தான் அவள கண்ணிலே கண்டு ஆறு மாசம் ஆறதே...

விசுவ: (மறுபடியும் மனதைக் கடினமாக்கிக்கொண்டு) விசாலம்... எல்லாம் அவ குத்தம்தானே? அவள் அனுபவிக்கட்டும், அந்தச் சிவராமனும் அப்பனைப் போல ஒத்தர் கையில் அகப்பட்டுக் கொண்டு விழிக்கிறவன் போலிருக்கு. நான் சொன்னவுடன் நீலா துள்ளினா... நீயும்கூட அவளுக்குப் பரிஞ்சு பேசினே... இப்போ தவிச்சா யார் என்ன பண்ண முடியும்?

விசா: போனது போகட்டும். இனிமேல் நடக்க வேண்டியதைப் பாருங்கோ...

விசுவ: யாரு...? நானா.... நான் எதுக்காக இதிலே தலையிடணும்? உனக்குப் புத்தி கித்தி இருக்கா...? என்னால் என்ன முடியும்?

விசா: பேசாமே நஷ்டஈடா நீங்களே பணத்தை எல்லாம் கட்டிடுங்கோ. குழந்தேயை ஆத்துக்குக் கூப்பிட்டுக் கொண்டு இந்தக் கோபத்தை எல்லாம் மறந்துடுங்கோ...

விசுவ: நன்னா சொன்னே... உனக்கு விஷயம் புரியலைன்னு நெனக்கறேன். கம்பெனி ஷேர்கள் எல்லாத்தையும் வாங்கினாத்தான் அவாளைக் காப்பாத்தலாம். அதுக்குப் பத்து லட்ச ரூபாய் வேணும். தெரியுமோ இல்லையோ... அப்புறம் அந்த ஷேர்களை வாங்கிக் குப்பேலேதான் போடணும். அத்தனையும் சொத்தை... என்ன எண்ணிண்டே விசாலம்? எங்கிட்டே இருக்கிறதை எல்லாம் கொடுத்தாக்கூட இந்தக் காரியத்தை முடிப்பது கஷ்டம். அப்படி செஞ்சேன் ஆனால், நானே அடுத்த நாள் ஓட்டையாண்டியா வெளியே கிளம்ப வேண்டியதுதான். அது கூட செய்யலாம். ஆனால், பஞ்சாபகேசனையும், குப்புவையும் காப்பாத்தி நான் ஓட்டையாண்டி ஆவதா? முடியவே முடியாது.

விசா: அவாளை விடுங்கோ.... நம்ப குழந்தைகளும் அதிலே இருக்காளே...

விசுவ: இருக்கட்டுமே. கொஞ்ச நாளைக்குத் தலை தூக்க முடியாமே ராமுவுக்கு கொஞ்சம் மானக்கேடு உண்டாகும். அவாளுக்கு நல்ல புத்தி வரும். அப்புறம் தானே சரியாய் போயுடறது. அதுக்காக இந்தப் படுமோசக்காரனை இந்தப் படுவாக்களை உதவி செய்து தூக்கறதா?

விசா: இப்படியே கத்திண்டு போனால் என்ன பிரயோஜனம்? அந்தப் பொண்ணு உயிரை விட்டால் என்ன பண்ண றது? அதுக்கு அப்புறம் நாமோ, நம்ப பணமோ இருந்து யாருக்கு உபயோகம்?

விசுவ: (கண்டிப்பாய்) விசாலம், மேலே மேலே என்னைத் தொந்தரவு பண்ணாதே... என்னாலே இந்த அயோக்கியனுக்கு இடம் கொடுக்க முடியாது. இது வரையிலே ஏதோ நேர்மையாய் இருந்துட்டேன். ஜனங்களை ஏமாத்திப் பொய் கம்பெனி தொடங்கியிருக்கும் இவாளையா கைதூக்கி விடறது?

விசாலம், அனாவசியமாய் என்னை வருத்தாதே... என் மனம் கல்லாய் இருக்கு.

(அப்போது வாசற்புறத்திலிருந்து யாரோ வரும் சத்தம் கேட்கிறது. தம்பதிகள் திரும்பிப் பார்க்கும் தருணம் நீலா வருகிறாள். அவளுடைய அழகு குலைந்து, இளைத்துக் கருத்துக் காண்கிறாள். அவளைக் கண்டதும் விசாலாக்ஷி அம்மாள் ஒன்றும் பேசாமல் அவளைப் போய் அணைத்துக் கொள்ளுகிறாள். விசுவநாதய்யர் பேந்தப் பேந்த விழிக்கிறார். மூன்று பேருக்கும் இன்னது சொல்வதுன்னு தெரியாமல் அங்கே சில நிமிஷங்களுக்கு மௌனம்)

நீலா: *(அழமாட்டாக் குறையாய்) அப்பா... அம்மா... நான் செஞ்சதெல்லாம் தப்புதான். ஆனால், நீங்கதான் என்னைக் காப்பாத்தணும்.*

விசா: *பயப்படாதே அம்மா, என்ன சங்கதி என்று சொல்லு.... எல்லாம் சரியாயிடும்.*

நீலா: *மாமா சொல்லல்லையா...? (இருவரும் ஆமாம் என்று தலையை அசைக்கிறார்கள்) பேங்கு விசாரணை செய்தி இப் போதான் கிடைச்சுது. நிஜமாய் அங்கே லோகமும் இல்லே ஒண்ணும் இல்லே.... இது ஒரு மோசடிக் கம்பெனின்னு அவா தீர்த்துட்டா. இனிமேல் கோர்ட்டிலே கேஸு நடத்தப் போறாளாம்.*

விசா: *அப்போ நீங்க சொன்னது எல்லாம் சரியாப் போயுடுத்தே...*

நீலா: *ஐயோ அப்பா... எனக்குப் பயமாய் இருக்கே. இவர் எங்கேயாவது போயுடுவாரென்று திகிலா இருக்கு. ஒவ்வொரு நாள் ராத்திரி ஆத்துக்கு வரதில்லை. அப்புறம் காலையிலே வந்தப்போ ஏன்னு கேட்டா, 'என்னமோ.... உனக்கென்ன...? வந்தாலும் ஒண்ணுதான். வராட்டாலும் ஒண்ணுதான். மனுஷாளுக்கு மானம் போனப்புறம் என்ன இருக்கு?'*

அப்படி இப்படின்னு பேசறார். அப்போ எல்லாம் என் உள்ளம் என்னவெல்லாமோ குமையறது.

விசா: நீலா, அதெல்லாம் ஒண்ணுமில்லே, நீ அனாவசியமாய்க் கவலைப்படறே. ராமு, அப்படி எல்லாம் இருக்க மாட்டான். அவனுக்குத் தைரியம் நிறைய உண்டு. மேலும், அப்பா இருக்கார் பாரு... அவர் எல்லாத்தையும் கவனிச்சுக்குவார்.

நீலா: (ஆவலுடன்) நிஜமாகவா அப்பா...?

விசுவ: (முறைப்பாய்) அன்னிக்கு ரொம்ப அவசரமாய் ஓடிப்போனாயோ... அந்தத் தைரியம் இன்னிக்கு எங்கே போச்சு....?

விசா: வீணாய்க் குழந்தே மனசிலே கோலைக் கொடுத்து ஆட்டேதேயுங்கோ....

விசுவ: ஆமாம், குழந்தே... அன்னிக்கு மாத்திரம் என் மனசைப் புண்படுத்திப் பேசினாளே.... அது சரியோ..?

நீலா: ஆமாம், அப்பா... தெரியாமே உங்களை அப்படி எல்லாம் சொல்லிவிட்டேன். பிசகுதான். மன்னிச்சுடுங்கோ.

விசுவ: படிச்சவள்ன்னு வீம்பு பேசினியே, அன்னிக்கே இதைப்பற்றி யோசிக்கறதுக்கு என்ன? அப்போ மாத்திரம் என்ன துணிவோடு என்ன எதிர்த்தே? அப்போ இருந்த வாயெல்லாம் எங்கே போச்சு? அம்மா, அப்பான்னு நாங்க மாத்திரம் ஆசை காட்டணும்னு சொல்லறயே! அப்போ எங்க மனம் நோகப் பேசினபோது அது நெனவு இருந்ததா? (வாசற்புறம் யாரோ கதவைத் தட்டும் சத்தம். விசுவநாதய்யர் யாரென்று பார்க்கப் போகிறார்)

விசா: அம்மா நீலா, நான் அப்பாகிட்டே பேசி எல்லாத்தையும் சரி பண்ணறேன். நீ பேசாம போயுடு. உன்னைப் பார்த்தால் அவர் கோபம் அதிகமாகும்.

நீலா: அம்மா, எனக்குப் பயமாய் இருக்கு...

(போகாமல் தயங்குகிறாள். அப்போது சிவராமன் வருகிறான். அவன் முகம் வாடி இருந்தாலும் கம்பீரமாய் நடக்கிறான். உள்ளே வந்து, நீலா கையைப் பிடித்துக்கொண்டு வெளியேற முயல்கிறான். பின்னால் வரும் அவன் பேச்சில் அவனுடைய குண வளர்ச்சி விளங்குகிறது. அபாயமும் கஷ்டமும் அவன் உள்ளத்திற்குத் தெளிவும் உறுதியும் கொடுத்திருக்கின்றன எனத் தெரியவருகிறது)

சிவ: நீலா வா... ஆத்துக்குப் போவோம். இங்கே எதுக்கு வந்தே....?

(நீலா பதில் பேசாமல் தலை குனிகிறாள்)

சிவ: நீலா, என்ன... எனக்கு நினைக்கும் போதே கூச்சமாய் இருக்கு... நிஜமாகவா மாமாவை ஒத்தாசை கேட்கணும்னா வந்தே...?

நீலா: (தணிந்த குரலில்) ஆமாம். மன்னிச்சிடுங்கோ... ஆனால், நீங்கள் படுகிற கஷ்டத்தைப் பார்த்து எனக்குச் சகிக்கலே.... அதுதான் வந்தேன். மேலும் நீங்க ஏதாவது செஞ்சுடுவேளோன்னு பயம்...

சிவ: சீ சீ அசடே.... என்னை நீ இத்தனை கூட தெரிஞ்சுக்கலையா? வா.... இனிமேல் இங்கே நில்லாதே. (அவள் கையைப் பிடித்து இழுக்கிறான். அவள் மனமில்லாமல்...)

நீலா: அப்பா என்னைப் பெற்றவர்தானே. அவரை ஒத்தாசை கேட்பதிலே என்ன பிசகு?

சிவ: நன்னாயிருக்கு... நாம் செய்த குத்தத்துக்கு அவா என்ன செய்வா? உள்ளே வரச்சே மாமாவும் அதையேதான் சொல்லிண்டு இருந்தார். (விஸ்வநாதய்யருக்கு அவன் சொற்கள் குறுகுறுவென்று உறுத்துகின்றன) நாம் செய்த பிழைக்குப் பலனை நாமேதான்

அனுபவிக்கணும். மாமாவைத் துணைக்கு அழைப்பது நியாயமில்லை. வா. ஆத்துக்குப் போவோம். மாமா, மாமி.... உங்களைத் தொந்தரவு படுத்தினதுக்கு மன்னிச்சிடுங்கோ..... (நீலாவை உறுதியுடனும் பரிவுடனும் அழைத்துக்கொண்டு போய்விடுகிறான். விசுவநாதய்யர் பிரமித்து நிற்கிறார்)

விசுவ: *தேவலையே... பையன் நல்ல அழுத்தமான அடக்கம் காண்பிக்கிறானே... கஷ்டம் வரபோது உறுதியா இருக்கிறவன்தான் மனுஷன்.*

விசா: *அவனோட குணம் எனக்கு அப்பவே தெரியும். அவ பாட்டி பெரிய தெரு சீனுவோடே உடன் பிறந்தவள்தானே... உசந்த நோக்கமுள்ளவன் ஆச்சே... நாம்தான் குழந்தைகளைப் பார்த்துச் சந்தோஷப்பட கொடுத்து வெக்கலை. (விசுவநாதய்யர் மௌனம் சாதிக்கிறார்)*

விசா: *ஆமாம். அவாளை எல்லாம் சொன்னேனே..... செஞ்சதுக்குப் பலனை அனுபவிக்கணுமுன்னு... என் மனசிலே கூட ஒரு மறு இருக்கு. ஒருவேளை நாமும்தான் செஞ்சதுக்கெல்லாம் விளைவைக் காணணுமோ என்று தோன்றது.*

விசுவ: *(முகத்தைச் சுருக்கியபடி) நீ சொல்லறது ஒண்ணும் எனக்குப் புரியலை.*

(இதற்கப்புறம் நடக்கும் சம்பாஷணையில் விசாலாக்ஷி அம்மாள் பாவம் நல்ல உறுதியாய் இருக்கிறது. அதே அமைதிதான். அதே சாந்தமும் கூட. ஆனால், அவள் பிடித்த பிடியைத் தளரவிடாமல் தன் கணவனை மடக்குகிறாள்)

விசா: *புரியும்படி சொல்லட்டுமா?*

விசுவ: *(அதிகமாய் அவளைக் கவனிக்காதது போல் குறுக்கும் நெடுக்குமாய் நடந்துகொண்டே) ஊம்... சொல்லு... சொல்லு....*

விசா: மனசிலே கொஞ்சங்கூட சங்கை இல்லாமே நாணாவுக்கு அந்த நிலத்தை விற்றேளே... அதைத்தான் சொல்ல வந்தேன்.

விசுவ: (சட்டென்று நடப்பதை நிறுத்திக்கொண்டு) அதைப்பற்றி உனக்கு என்ன தெரியும்?

விசா: எல்லாம்தான். எனக்கென்ன காதில்லையா? கண்ணில்லையா? ராத்திரிக்கி ராவாக அங்கே பட்ட அல்லோலகல்லோலம் எனக்கா தெரியாது?

விசுவ: எப்படின்னேன்?

விசா: அன்னிக்கு நீலாவுக்கு ஒரே ஜுரம். உங்களுக்கு நெனவிருக்கோ என்னமோ? குழந்தெ பாடாய் பட்டது. நான் தூங்காமே பக்கத்திலேயே உட்கார்ந்திருந்தேன். ராத்திரி எல்லாம் முழிச்சிண்டு இருந்தேனா களைப்பா இருந்தது. ஜன்னலைத் திறந்தா காத்து வரும்னு போனேன். அப்போ ரோட்டுக்கு இந்தாண்டே நீங்க நடத்தினதெல்லாம் தெரிஞ்சுது, கோடையூரிலே நம்ம வீட்டு எதிரேதானே அந்தக் கட்டாந்தரை கிடந்தது? அப்போ எல்லாம் அங்கே ஒரு ஈ காக்காய்கூட போகாது. அப்படி இருக்க ராத்திரிக்கி இத்தனே பேர் என்ன செய்யறான்னு பார்த்தா... லாரி லாரியாய் என்னமோ வந்து வந்து இறங்கியதைப் பார்த்தேன். அப்புறம் சொல்லுவானே.... நீங்க மூணு ராத்திரியா அங்கே என்ன செஞ்சேள் என்று விஸ்தரிக்கணுமா?

விசுவ: (மலைப்புடன்) விசாலம், அப்போ நான் அங்கே லோகத்தைக் கொண்டு புதைச்சது, நாணாவிடம் அங்கே தாமிரம் இருக்கன்னு சொல்லி நிலத்தை வித்தது எல்லாம் உனக்குத் தெரியுமா?

விசா: தெரியாமே என்ன? நான் என்ன அசடா?

விசுவ: (கெஞ்சும் குரலில்) விசாலம், இத்தனை தெரிஞ்சுண்டா இத்தனை நாளா என்கிட்டே இத்தனை அன்பா விசாலம்?

விசா: ஆமாம். செஞ்சுட்டேள். அப்புறம் அதைச் சொல்லிக் காட்டி என்ன பண்ணறதுன்னு இருந்துட்டேன். மேலும், இத்தனை நாளாய் அதுனாலே கெடுதல் ஒண்ணும் வரலையே!

விசுவ: விசாலம், நான் ஒத்தருக்கும் கஷ்டம் வரணுமுன்னு அதைச் செய்யலைன்னு சொன்னா நீ நம்புவையா?

விசா: நம்புவேன். ஏன் கூடாது? அப்போ நமக்கு ரொம்ப பணத்தட்டு. உங்களுக்கோ முன்னுக்கு வர ஒரே ஆசை. செஞ்சேள்.

விசுவ: (ஆச்சரியத்துடன்) விசாலம், என் மனசை நீ அப்படி அறிஞ்சுண்டு இருந்தாயா?

விசா: ஆமாம், உங்கள் கஷ்டம் எனக்குத் தெரியாதா என்ன?

விசுவ: தெரிஞ்சுண்டு இப்படி சும்மா இருந்தயே! என்கிட்டே ஒரு தடவை கூட ஜாடையாய்க்கூட சொன்னதில்லையே விசாலம். உன்னோட உயர்ந்த குணத்த நான் அறிஞ்சுக்காமே இருந்துட்டேனே...

விசா: உங்ககிட்டே கேட்டு, உங்க மனச ஏன் நோகப்பண்ணணும்னு இருந்தேன்.

விசுவ: விசாலம், என்ன மன்னிப்பாயா?

விசா: மன்னிக்க என்ன இருக்கு? இதனாலே ஒருவித கெடுதலும் வருமான்னு நீங்க அப்போ நெனக்கல்லே. நெனச்சிருந்தா அப்படி செஞ்சிருப்பேளா...?

விசுவ: விசாலம், நான் நிஜமாய்ச் சொல்லறேன். அந்த ஒரு தப்புதான் என் ஆயுசிலே பண்ணியிருக்கேன். எல்லா பிசினஸ்கார மாதிரி எப்போதும் பொய்யும் பித்தலாட்டமும் என்னிடம் இருக்குன்னு நம்பிடாதே. விசாலம், அந்த ஒரு வஞ்சகம் செஞ்சதே என் மனசை அறுக்கிறது. அந்த மறு மறையமாட்டேன்கிறது.

விசா: எனக்குத் தெரியாதா என்ன? அதுக்காகத்தான்

அப்பவே பிடிச்சு சொல்லறேன். அந்த ஒரு குத்தம் செஞ்சதுக்குப் பரிகாரமாய் இப்போ பஞ்சாபகேசனை மீட்டுங்கோ. நாணாவை ஏமாற்றினதுக்குப் பிராயச்சித்தமாய் இப்போ அவன் பிள்ளைக்குப் பணத்தே செலுத்திடுங்கோ.... அப்போன்னா உங்க மனசு சாந்தியடையும்.

விசுவ: விசாலம், நாணாவுக்கு அந்தத் தரையை வித்தபோது எனக்கு இரண்டு லட்ச ரூபாய்தான் லாபம் கிடைத்தது இப்போ பத்து லட்ச ரூபாய்க்கு நஷ்டப்படணும்?

விசா: போனாப் போறது.

விசுவ: என் ஆயுசு பூரா கஷ்டப்பட்டு சேர்த்தது ஆச்சே... அதே அத்தனையும் அடியோட இந்த ஏம்போக்கி குப்புவுக்காக....

விசா: (அழுத்தமாய்) ஆமாம். எப்போதுமே நாம் வாங்கினதுக்கு மேலேதான் திருப்பிக் கொடுக்கணும்.

விசுவ: விசாலம், நன்னா யோசித்துச் சொல்லு. அப்புறம் நான் ஒரே பாப்பர் ஆயுடுவேன். கையிலே ஒரு கால் காசு இராது.

விசா: (திடமாய்) ஓ... போகட்டுமே... நாம் தேமேன்னு காசிக்குப் போய்விட்டால் போறது.

விசுவ: விசாலம், உன் மனசு கல்லா? இத்தனையும் அடியோடு துறந்துடு என்கிறியே... நான் இருந்து என்ன பிரயோஜனம்?

விசா: (நிதானமாய்) அப்படி ஒண்ணும் நெனக்க வேண்டாம். உங்களை எனக்குத் தெரியும். மறுபடியும் குபு குபு என்று ஒரு நாளிலே உயர்ந்துடுவேள்.

விசுவ: விசாலம், நீ கேக்கறது சாமான்யமானதா?

விசா: நானும் பார்த்துண்டுதான் இருக்கேன். ராமுவை இப்படி செஞ்சது, ரொம்ப வருஷமாய் உங்க மனசை

உறுத்திண்டு இருக்கு. நாள் தவறினாலும் அந்தப் பேச்சையும், அரிப்பையும் எப்படியோ நடுவிலே நுழைக்காமல் நீங்க இருப்பதில்லே.... ஒரு வழியாய் இன்னியோடு மனதிலே இருக்கும் அந்த மருவை அழிச்சுடுங்கோ.... அப்படிச் செஞ்சாதான் உங்களுக்குச் சாந்தி உண்டாகும். நீங்க திருப்பியும் நன்னா முன்னுக்கு வந்துடுவேள் என்று எனக்குத் தெரியும்.

விசுவ: *(சந்தேகமாய்)* அப்படியா சொல்லறே...

விசா: ஆமாம். பேசாமே ஒருத்தருக்கும் சொல்லாமே அனாமத்தாய் அத்தனை ஷேர்களையும் வாங்கிடுங்கோ... காசிக்குக் கிளம்பிப் போயிடுவோம். என்கிட்டே கொஞ்சம் நகை இருக்கு. அது ஒரு வாய் கஞ்சிக்குப் போதும். எல்லாம் நீங்க பண்ணிப் போட்டதுதானே.... குழந்தைகளுக்கு நிம்மதி கொடுக்க வழியைத் தேடுங்கோ.

விசுவ: *(பெருமூச்சுடன்)* குழந்தே... உன் பொண்... ஊம் என் பொண்... அனாமத்தாய் நான் எல்லாத்தையும் செஞ்சிட்டுப் போவேன். பேங்கும் கேஸை பின் வாங்கிடுவா. அவா பாட்டுக்குத் தங்கள் அதிர்ஷ்டம் வெற்றி கிடைச்சுது என்று நினைப்பாளே தவிர நான் செஞ்சேன்னு தெரிஞ்சிப்பாளா...?

விசா: தெரிய வேண்டாம். ஏன் தெரியணும்... தெரியாமலே தானே தரையிலே லோகத்தைப் புதைச்சேள்... தெரியாமலேதானே நாணாவுக்கு அதை வித்தேள்... இப்போவும் தெரியாமலேயே அந்தக் கடனையும் தீர்த்துட்டு, ஒருத்தரும் அறியாமலே போங்கள்.

விசுவ: விசாலம் நீ என்ன கேக்கறாய் என்று புரிஞ்சுண்டாயா? முதலாவது ஒரு மனுஷனை அவன் ஆயுசு பூரா சேர்த்து வைத்த சொத்தை, உதவாக்கரைகளைக் காப்பாற்ற விட்டெறியச் சொல்லுகிறாய். அதையும் அனாமத்தாய் செய்யச் சொல்லுறே. தெரியாமல்

பாராட்டு இல்லாமல், எதிர்பாராமல் தியாகமும் நன்மையும் செய்றது எத்தனை கஷ்டம் என்று உனக்குத் தெரியாதா?

விசா: ஊம்... தெரியும். ஆனால் அதுவேதான் நீங்க செய்ய வேண்டிய பிராயச்சித்தம். அதுவும் இப்படி ஒருவரும் அறியாமே... நன்மை செய்தால்தான்.

விசுவ: (கெஞ்சும் பாவனையில்) விசாலம், யோசித்துச் சொல்லு.

விசா: நன்னா யோசித்தாச்சு. இத்தனை நேரமாய் வேறு என்ன நெனச்சிண்டு இருந்தேன்னு நெனக்கறேள்.

விசுவ: நீ சாது. உனக்கு ஒண்ணுமே மனசில் ஆகாதுன்னு நெனச்சனே... கடைசியிலே நீதான் எல்லாரோடேயும் கெட்டிக்காரி.

விசா: அது ஒண்ணுமில்லை. எனக்கு என்ன அறிவு? உங்க மனசு செய்யக்கூடாததைச் செஞ்சுட்டுக் கஷ்டப்படறது. அதுக்குப் பரிகாரம் செஞ்சால் குழந்தைகளும் பிழைப்பா. உங்கள் உள்ளமும் சமாதானம் அடையும்னு சொன்னேன். வேறே எனக்கு என்ன தெரியும்?

விசுவ: சரி, அப்படின்னா நாளைக்கு யோசிச்சுச் செய்யறேன்.

விசா: வேண்டாம். இன்னிக்கே செஞ்சுடுங்கோ. என்னமோ கோடையூரிலே மதன் அண்டு ஸன்ஸ¬, அப்றம் கே. ராம். அண்டு கம்பனி அப்படி இப்படின்னு புரோக்கர்கள் உண்டே.... அவாளுக்கெல்லாம் உடனே போன் பண்ணுங்கோ... கூப்பிட்டு இப்பவே எல்லாம் பேசிவிடுங்கோ.

விசுவ: (ஸ்தம்பித்துப் போய்) விசாலம், புரோக்கர் விஷயங்களைக் கூடவா நீ கவனித்து வெச்சிருக்கே...

விசா: (புன்னகையுடன்) பின்னே என்னவாம்? இத்தனை பெரிய பிசினஸ்காரருடன் இத்தனை வருஷம்

இருந்துட்டு இதுகூடத் தெரியாதா என்ன? இத்தாருங்கோ.... நம்பரைப் பாருங்கோ....

(போன் புத்தகத்தைக் கையில் கொடுத்து, மெதுவாக டெலிபோன் அண்டை அவரைத் தள்ளுகிறாள். அவர் இஷ்டமில்லாமலே போனை எடுத்து நம்பர் பண்ணுகிறார்)

விசுவ: ஹல்லோ... மதன் அண்டு ஸன்ஸா....? ஹல்லோ... நான்தான் கே. விசுவநாதய்யர் பேசுகிறேன். எனக்கு, கோடையூர் தாமிரக் கம்பனி ஷேர்கள் தேவை. ஆம்... ஊம்... விலையா? பரவாயில்லை. என்ன? கம்பனி மோசமென்கிறேளா... தேவலை, நீங்க பாட்டுக்கு சும்மா வாங்குங்கோ... ஆமாம் ரெண்டு வருஷத்திற்கு *(டெலிபோனில் இரைச்சல்)* ஆமாம்... பரவாயில்லை. உங்க கம்பனி மூலமாய் எல்லாம் நடக்கட்டும். என் பெயர் வெளியே வரவேண்டாம். ஆமாம்... தாங்க்ஸ். *(கீழே போனை வைத்து விட்டு மனைவியைப் பார்க்கிறார்)* விசாலம், இதற்கப்புறம் இந்த விஷயத்தையே அடியோடு மறந்து என்னை முன்போல ஒரு நேர்மை மனிதனாக...

விசா: நன்னாயிருக்கு... இதென்ன கேள்வி. நீங்க என்னிக்கித்தான் நேர்மை இல்லாமே இருந்தேள்.

விசுவ: அப்பா... மனதிலே இருந்த அந்த மறுவை அழிக்க.... ஊம்... *(பெருமூச்சுடன் மறுபடியும் டெலிபோனை எடுத்து நம்பர் பண்ணுகிறார்)* ஹல்லோ... கே. ராம் அண்டு கம்பனியா... நான்தான் கே. விசுவநாதய்யர் பேசுகிறேன்... எனக்குக் கோடையூர் தாமிர கம்பனி ஷேர்கள் தேவை. ஆமாம்... ஊம்... வாங்குங்கோ... நாலு லட்சத்துக்கு... ஹல்லோ...

முற்றும்

அரிச்சந்திரனின் ஆதரிசனம்

காட்சி 1

(அரிச்சந்திரனும் சந்திரமதியும் பேசிக்கொண்டிருக்கிறார்கள். காட்சி அரண்மனையில் உள்ள அந்தப்புரத்தில் நடக்கிறது. தம்பதிகள் ஒருபுறமாக உட்கார்ந்துகொண்டு உல்லாஸமாக சம்பாஷித்துக் கொண்டிருக்கிறார்கள்.)

சந்திரமதி: எனக்குப் பயமாக இருக்கிறது.

அரிச்சந்திரன்: எதற்காக? *(கனிவுடன்)* நான் இருக்கும்போது உனக்கென்ன பயம்?

சந்தி: அதுதான் பயமாய் இருக்கிறது. இத்தனை இன்பமும், சந்தோஷமும் நீடித்திருக்க வேண்டுமே என்றுதான் கவலை...

அரி: *(சிரித்துக்கொண்டே)* இதென்ன விபரீத கற்பனை? உனக்கு இந்த மாதிரி எண்ணங்கள் எப்படித் தோன்றின?

சந்தி: என்னுடைய மனம் ஏன் சஞ்சலம் அடைகிறது

என்று என்னாலேயே சொல்ல முடியவில்லை. என்ன காரணத்தினாலோ உங்களுடைய அணைப்பின் இன்சுவையை அனுபவிக்க முடியாமல் ஏதோ ஒன்று என் உள்ளத்தை உறுத்துகிறது.

அரி: *பெண்களுடைய மனப்பான்மையே விசித்திரமானது என்றுதான் சொல்ல வேண்டும். நான் உன்னை, என் உயிரைவிட மேலாக எண்ணுகிறேன். கண்ணுக்குள் இருக்கும் கண்ணாக பாவிக்கிறேன். உன் முகத்தில் ஒரு சிறிதளவு நிழலாடினால் கூட சகியேன். அப்படி இருக்க உனக்கேன் இம்மாதிரி கவலைகள் தோன்ற வேண்டும்?*

சந்தி: *(கொஞ்சலுடன்) என்னை எப்போதும் இப்படிக் காதலிப்பீர்களா?*

அரி: *இப்படிக் கேட்க வேண்டிய அவசியம் இருக்கிறதா? என் நடவடிக்கையிலிருந்து என் அகத்தீயை நீ புரிந்து கொள்ளவில்லையா?*

சந்தி: *உங்களுடைய அன்பை இன்னும் பூர்ணமாகப் பெற ஆசைப்படுகிறேன். நான் எப்படி நடந்துகொண்டால் உங்களுடைய மதிப்பைக் கவரலாம்! எப்போதும் சிரித்து விளையாடும் பாவம் உங்களைத் தொடுகிறதா அல்லது, ஆழ்ந்த கருத்தைக் காட்டும் ரசிகத்தன்மை உங்களை வசீகரிக்கிறதா? எது தேவலை?*

அரி: *(அவளுடைய தோளை மிருதுவாக வருடின வண்ணம்) ஒன்றுமே வேண்டாம். உனக்கு எப்போதும் இயல்பாக உள்ள பாவத்தைக் காட்டினால் போதும்!*

சந்தி: *நிஜமாகவா?*

அரி: *(கொஞ்சம் விளையாட்டாக) நீ எப்படி இருந்தாலும் நான் உன்னை...*

சந்தி: *(பொய்க் கோபத்துடன்) அப்போது ஊடல்தான் பிடிக்குமா?*

அரி: *ஹூம்.*

சந்தி: *காதல்?*

அரி: *ஹூம்.*

சந்தி: *இல்லாவிட்டால், உங்கள் மனதில் இருப்பதை ஊகித்து, அதன்படி நடந்தால் பிடிக்குமா?*

அரி: *எல்லாம்தான்.*

சந்தி: *அப்படிச் சொன்னால் போறாது. எந்த பாவத்தில் நான் உங்களுக்கு அதிக ஆனந்தத்தைக் கொடுக்கிறேன்? அதைச் சொல்லுங்கள்.*

அரி: *நீ எல்லா விதத்திலும் நிகரற்றவளாக எனக்குத் தென்படுகிறாய்; நீதான் என் அந்தரங்க உயிருக்கு ஆவியாய் இருக்கிறாய். நீ எப்படித் தோற்றம் அளித்தாலும் அது எனக்கு உவப்பையே கொடுக்கிறது.*

சந்தி: *(திருப்தி கொள்ளாமல்) அதுவும் போதாது. நான் உங்கள் மனக்கண்களில் எப்படித் தென்படுகிறேன்? என்னைப் பற்றி அவ்வப்போது என்னவெல்லாம் எண்ணுகிறீர்கள்? என்ன எண்ணக்கூடுமென்று கூடச் சொல்லுங்கள்.*

அரி: *(அவளுக்கு இடங்கொடுக்கும் மனதுடன்) நீ ஒரு அழகியாய்த் தெரிகிறாய்... பிறகு...*

சந்தி: *அப்புறம்?*

சந்தி: *என் மனதுடன் ஒன்றிப்போகும் அன்புள்ள மனைவியாய்...*

சந்தி: *பிறகு? (தூண்டுகிறாள்)*

அரி: *எனக்கு இன்பத்தை ஊட்டும் ரதியாய்....*

சந்தி: *அப்புறம்?*

அரி: *உன்னைத் திருப்திப்படுத்த முடியும் என்று தோன்றவில்லையே.*

சந்தி: ஓ, முடியும். எப்படித் தெரியுமா? எதைவிட நான் மேலானவள் சொல்லுங்கள். பார்ப்போம்.

அரி: கொஞ்சம் யோசித்துக்கொண்டே) சந்திரமதி, நீதான் என் உயிர்; என்னுடைய நாடி அடித்துக்கொள்வதற்கு நீதான் காரணம். என் அகத்தின் தீபமும் நீதான். நீ இல்லாமல் இந்த வாழ்க்கையே எனக்கு இருண்டு விடும்.

சந்தி: (உணர்ச்சியுடன் விம்முகிறாள். அவனைத் தழுவிக்கொண்டே தன் முகத்தை அவன் தோளில் புதைத்தவாறு - அவள் குரல் மங்கலாக வருகிறது) இருந்தாலும் நான் இல்லாமல் நீங்கள் உயிர்வாழ முடியும் அல்லவா?

அரி: (சட்டென்று அவளை விட்டு அகன்று கொண்டு.... கொஞ்சம் பொறுமையை இழந்தவனாக) ஆமாம். ஆனால் அதில் பிரகாசம் இருக்காது.

சந்தி: அன்று ஒரு நாள் சொன்னீர்களே! ரகு வம்சத்தில் பிறந்தவர்கள் எதையும் தியாகம் செய்வார்கள்; தங்களுக்கு உயிருக்கு உயிரானவர்களைக்கூட விட்டுவிடுவார்கள்; ஆனால் ஆத்ம வெளிச்சத்தின் உண்மை ஒளியை நேருக்கு நேர் பார்க்க எப்போது கூசுகிறார்களோ - அப்போது கட்டாயம் உயிர் துறப்பார்கள் என்று.

அரி: (சலிப்புடன்) ஆமாம். அதற்கும் இப்போது நாம் பேசிக்கொண்டிருப்பதற்கும் என்ன சம்பந்தம்?

சந்தி: என்னைவிட மேலான பொருள் ஒன்று உங்கள் மனதில் இருக்கிறது என்று ஒப்புக்கொள்ளுங்கள்.

அரி: (கடுமையுடன்) மனிதனுக்கு மானம் என்பது முக்கியமில்லையா? அது இருந்தால் காதல் இல்லை என்று ஆய்விடுமா? உன்னுடைய மனதின் போக்கே விந்தையாக இருக்கிறது. இந்தப் பெண்களே

இப்படித்தான். அவர்களுடைய உணர்ச்சிக்கு அடிமைப்பட்டால் அது ஒரு மனுஷனை எங்கே வேணுமானாலும் இழுத்துச் சென்றுவிடும். அர்த்தமில்லாமல் பேசாதே.

சந்தி: மானம், ஆத்ம வெளிச்சம், இவையே ரகு குலத்திற்குக் குறிக்கோள்கள் என்று நீங்களே அடிக்கடி சொல்லிக் கேட்டிருக்கிறேனே! இப்போது சொல்லுங்கள். நீங்கள் பின் தொடரும் புருஷார்த்தத்தில் எது முக்கியம்? நானா... அல்லது....?

அரி: (முகத்தைச் சுளித்தவாறு) உம்... மானத்தை விட்ட ரகுவீரன் உயிர் வாழ மாட்டான். தெள்ளிய மனதுடனும், ஏக சித்தத்துடனும் எவன் உண்மையை நேருக்கு நேர் பார்க்கிறானோ அவனே புருஷன்.

சந்தி: அது காதலுக்கு விரோதமாக அமைந்து விட்டால்?

அரி: அமையாது. அன்பு, காதல், மனைவி மக்கள் இவை மனிதனுடைய வாழ்க்கையுடன் பிணைக்கப்பட்டவை. அவற்றுக்குத் தனிவாழ்வு கிடையாது.

சந்தி: அப்போது பெண்ணுக்குத் தனி உணர்வு இல்லையா? அவளுக்கு ஆசையோ, ஆவலோ அன்போ கிடையாதா?

அரி: அப்படிக் கேட்டால், ஒவ்வொரு ஆத்மாவுக்கும் தான் என்ற ஒரு தனி இருப்பு உண்டு. ஒரு வரம்புக்கு மேலே ஒரு ஜீவனை மற்றொன்று கட்டுப்படுத்தவோ உணரவோ முடியாது; கேட்டாயா சந்திரமதி ஒருவரையும் எல்லையற்று அறிந்துகொள்ள முடியாது. (சந்திரமதி முகத்தில் கலவரம். அரிச்சந்திரன் அவள் கரத்தை அன்புடன் பற்றுகிறான்.)

அரி: எதற்காக இத்தனை வேதனைப்படுகிறாய்? நான்தான் உன்னிடம் நிஜத்தைச் சொல்லிவிட்டேனே. நீயே அன்பின் உருவம். நீ இல்லாமல் நான் வாழ முடியாது.

(வாசற்புறத்தில் அரவம். விசுவாமித்திர ரிஷி பிரவேசிக்கிறார். அரசனும் அரசியும் அவரைக் கண்டதும் எழுந்து அடிபணிந்து உபசரிக்கின்றார்கள். ஆனால் அரண்மனை வாயிலில் ஆர்ப்பாட்டம் குலையவில்லை.)

அரி: *(உரக்க) யாரது? ஏன் அங்கே இத்தனை கூக்குரல்?*

வாயில் காப்போன்: *(உள்ளே பிரவேசித்து) அரசே, சண்டாளன் ஒருவன் அரண்மனை சுவர் ஓரத்தில் குடிசை கட்டிக் கொண்டு வாழ்கிறான். காவல் ஆட்கள் அவனைத் துரத்திப் பார்க்கிறார்கள். அவனோ தான் பல வருஷங்களாக அங்கே குடி இருப்பதாகச் சொல்லிப் போக மறுக்கிறான். தாங்கள் பிறந்த தினத்தன்று அங்கே குடிவந்ததாகச் சொல்லி வம்பு பேசுகிறான்! 'எங்கள் கண்களில் மாத்திரம் இத்தனை நாட்கள் படவில்லையே... பொய் சொல்லுகிறான்' என்று இவர்கள் விரட்டுகிறார்கள் (இந்த விளக்கம் நடக்கும்போது விசுவாமித்திரர் புன்முறுவலுடன் அருகில் நிற்கிறார்.)*

அரி: *(தனக்குள்) விஷயத்தைக் கேட்டால் இதில் ஏதோ மர்மம் இருக்கிறார் போல் தோன்றுகிறது. (பிறகு வாயில் காப்போனிடம்) அந்தச் சண்டாளனை இங்கே அழைத்து வா. (அவன் போகிறான். அரசன் முன் பக்கம் திரும்பி அடக்கமுடன்) என்னுடைய பாக்கியத்தை என்னாலேயே நம்பமுடியவில்லை. என் நன்றியைத் தங்களுக்கு எப்படித் தெரிவிப்பது?*

விசுவா: *அது இருக்கட்டும் ராஜ்யத்தை எப்படி நடத்துகிறாய்? உன்னுடைய லட்சியங்கள் எம்மட்டிலும் நிறைவேறி இருக்கின்றன?*

அரி: *எல்லாம் ரொம்ப அழகாகத்தான் நடக்கின்றன. உங்களுடைய ஆசிர்வாதம்.*

விசுவா: *(சந்திரமதியை நோக்கிய வண்ணம்) அரசிக்கும் திருப்திதானா?*

சந்தி: இல்லாமல் என்ன? அரசனுடைய அன்பில் எல்லோருக்கும் பங்குண்டு. என் பங்கு என்னுடையது.

விசுவா: *(மிருதுவாக சிரித்துக்கொண்டே)* அரிச்சந்திரா, உன்னுடைய வீரத்தின் திறமையைக் கண்டு போகவே வந்தேன்.

அரி: *(கொஞ்சம் இறுமாப்புடன்)* இருப்பதை இருப்பது போல் பார்க்க கற்றவனுக்கு எதிலும் சந்தோஷம்தான் என்று வசிஷ்டரிடம் கற்றேன். என்னுடைய ராஜ்ய விரதத்தை அந்த முறையில் நடத்தி வருகிறேன்.

விசுவா: *(சிரித்துக்கொண்டே)* நீ சொல்லுவது யாவும் வினோதமாக இருக்கிறது. முதலில் நன்றி என்றாய். பிறகு பெரியவர்கள் போதித்தபடி என்றாய். யுக யுகமாக - நன்றி காட்ட வேண்டும், பெரியவர்கள் சொல்படி கேட்க வேண்டும் என்று நாங்கள் போதித்தாய் விட்டது. அப்போதனைகள் பயன்படாமல் போனதையும் பார்த்தாகி விட்டது. நீயோ, நன்றி அறிவைக் காட்டுவதும் அல்லாமல், அப்போதனைகளைக் கருத்துடன் மனதில் கொண்டு, அதன்படி நடக்கவும் முயல்கிறாய். *(மறுபடியும் சிரிக்கிறார்.)*

அரி: ஏன் சிரிக்கிறீர்கள்? என்னுடைய முயற்சிகள் வீண் என்று நினைக்கிறீர்களா?

விசுவா: அரசனே, இந்த இடத்தில் இருப்பதை இருப்பது போலப் பார்க்க யாராவது கூசுவானா என்று நினைத்துப் பார்த்ததும் சிரிப்பு வந்தது. எப்போதும் இன்பத்தையே நுகர்ந்துகொண்டும், சுகத்தையே ரசித்துக் கொண்டும், ஆனந்தத்தையே அனுபவித்துக் கொண்டும், இருக்கும் உன்னுடைய இந்த வாழ்க்கையில், இருப்பதை இருப்பது போல் பார்க்க யாராவது பயப்படுவானா?

அரி: அப்படியொன்றும் இல்லை. பார்க்கும் கண் சரியாக இருந்தால் எந்த இடத்திலும் சுகம் காணலாம்.

விசுவா: ஆமாம். ஆனால் இந்த இடத்தில் உன்னைத் துன்பம் வந்து பிடிக்கக் கொஞ்சம் நேரம் செல்லும். அதிருக் கட்டும். நீ பார்ப்பது சரியான கண்களாக இருந்தால் வாழ்க்கையை எவ்விடத்திலும் மனக்குலைவு இல்லாமல் பார்க்கலாம் என்கிறாய் அல்லவா? சரி அப்போது, இப்போதே உன் வாழ்க்கை நிலை மிக்க நாசமாய் ஆகிவிட்டது என்று வைத்துக்கொள். அந்தச் சந்தர்ப்பத்திலும், இருப்பதை இருப்பது போல பார்த்து சாந்தி அடைவாயா?

அரி: சந்தேகமில்லாமல்.

விசுவா: அரிச்சந்திரா, உன்னுடைய இந்த அபார சக்தியைக் காண நான் ஆசைப்படுகிறேன். அதற்காக ஒரு வழி செய்யலாமா?

அரி: உங்கள் இஷ்டம் உத்தரவு இடுங்கள்.

விசுவா: இன்றைக்கே, இந்த ராஜ்யத்தை எனக்கு தானமாகக் கொடுத்துவிட்டு, நீயும், உன் மனைவி மக்களும் எனக்கு அடிமை ஆகிவிடுங்கள். அப்படிச் செய்தால், உன்னுடைய லட்சியங்கள் எந்த மட்டிலும் என்று நான் பார்க்க முடியும். உன்னுடைய போராட்டங்களும் எவ்விதமானவை என்று அறியமுடியும்.

அரி: போராட்டமே கிடையாது. இதோ ராஜ்யம். வாங்கிக் கொள்ளுங்கள்.

சந்தி: (பயத்துடன்) இதில் ஏதோ சூழ்ச்சி இருக்கிறது. நீங்கள் ஒப்புக் கொள்ளக் கூடாது.

அரி: சந்திரமதி... முனிவர் பேச ஆரம்பித்தது முதல், இது விஷயம் அவருடைய வார்த்தைகளில் தொக்கி நின்றதை நீ உணரவில்லையா? ராஜ்யத்தை வாங்கும் உத்தேசத்துடன்தான் அவர் இங்கே வந்திருக்கிறார். நானும் முதலிலிருந்தே அவர் எது கேட்டாலுல் கொடுப்பேன் என்ற அர்த்தத்தில் பேசிவிட்டேன்.

உனக்கு என்ன பயம்? எனக்குச் சந்தோஷம்தான். கடைசியில் என்னுடைய வாழ்க்கை சித்தாந்தங்களைப் பரிசோதிக்க ஒரு சந்தர்ப்பம் வாய்த்தது அல்லவா?

சந்தி: இத்தனை உற்சாகமா? (சோகத்துடன்) இன்ப வாழ்வைப்பற்றி அவ்வளவு பேசிவிட்டு, அதை விட இவ்வளவு அவசரமா?

விசுவா: சந்திரமதி, உன் கணவன் உண்மையைக் காண அஞ்சாதவன்; அதை அங்கீகரிக்க வல்லவன். அவனுக்கு எவ்விடத்திலும் ஜயம் உண்டாகும். மரணத்தைக் கூட வெல்லுவான்.

சந்தி: (திகைப்புடன்) மரணத்தையா? அதை வெல்ல முடியுமா?

விசுவா: ஏன் முடியாது? மரணத்தைப் பலவிதமாக ஜயிக்கலாம்

(சண்டாளன் உள்ளே வருகிறான்.)

அரி: அப்பா... நீதானா அரண்மனை சுவர் நிழலில் குடி இருக்கும் சண்டாளன்?

பிரவீ: ஆமாம் என் பெயர் பிரவீரன். என்னை தர்மன் என்றும் கூப்பிடுவார்கள்.

அரி: என் காவல் ஆட்களுடன் ஏன் சண்டை போட்டாய்?

பிரவீ: நான் ஒன்றும் செய்யவில்லையே. அவர்கள்தான் என்னைத் துரத்தினார்கள். நான் இங்கே ரொம்ப வருஷங் களாக இருக்கிறேன்.

அரி: அப்படியா? நான் உன்னைப் பார்த்ததே இல்லையே!

பிரவீ: ஆமாம் நீங்கள் பார்க்கவில்லை. ஆனால் நீங்கள் பிறந்தது முதல் நான் உங்கள் கூடவேதான் இருக்கிறேன்.

அரி: (ஆச்சரியத்துடன்) இதற்கு முன்னால் ஏன் ஒரு தடவை கூட என் கண்களில் படவில்லை.

பிரவீ: நீங்கள் யுவராஜ பட்டம் பெற்ற தினம் பட்டத்து யானையை அலங்கரித்து அரண்மனை வாயிலுக்குக் கொண்டு வந்தார்கள். அது திடீரென்று மதம் பிடித்து ஓடத் தலைப்பட்டது. நான்தான் அதைக் கொன்றேன். அந்தச் சமயத்தில் நல்லவேளையாக உங்களை வெளியே வரவிடாமல் யாரோ தடுத்து விட்டார்கள்.

அரி: பட்டத்து யானையா? ஆமாம், இப்போது நினைவு வருகிறது. யாரோ ஒரு காளை அந்த மதம் பிடித்த யானையின் கொம்புகளை முறித்து எறிந்ததாகக் கேள்விப்பட்டேன். என்னிடம் அந்த பயங்கரச் செய்தியை யாருமே சொல்லவில்லை.

பிரவீ: அப்புறம், சந்திரமதி என்னும் அரசகுமாரியை நீங்கள் மணந்த தினம், நான் கொலுமண்டபத்தில் நர்த்தனம் செய்து கொண்டிருந்த தாசிப் பெண்ணுடன் ஆடிக் கொண்டிருந்தேன். நீங்கள் கவனிக்கவில்லை, ஆனால் அரசியைத் தீண்ட வந்த பாம்பை நான்தான் அவள் பக்கமாகத் திரும்பிவிட்டேன். நினைவிருக்கா? அன்று தாசி திடீரென்று விழுந்தாளே?

சந்தி: ஐயையோ, இந்தச் சண்டாளனைப் பார்த்தாலே எனக்கு பயமாய் இருக்கிறதே! என்னவெல்லாமோ சொல்கிறானே! இவனாவது கொலுமண்டபத்தில் தாசிப் பெண்ணுடன் ஆடவாவது?

பிரவீ: அம்மா, என்னைப் பார்த்து நீங்கள் பயப்பட வேண்டாம். நான் மயானத்தில் பிரேதங்களுடன் இருப்பவன்தான். ஆனால் அதில் பயம் என்ன? பிறந்தது முதல் நாம் எல்லோரும் அந்த இடத்தை நோக்கித்தானே பிரயாணம் செய்து கொண்டிருக்கிறோம்?

அரி: சந்திரமதி, இந்தச் சண்டாளனைப் பார்த்தால், சாதாரண மனிதனாகத் தோன்றவில்லை. அவன்

பேசுவது ரொம்ப வினோதமாக இருக்கிறது. அப்பா பிரவீரா, நீ சண்டாளன், மயானத்தில் இருப்பவன் என்கிறாய். இத்தனை அறிவுடனும் பண்புடனும் பேச எங்கே கற்றாய்?

பிரவீ: *அரசே... நான்தான் உங்களுடன் நீங்கள் பிறந்தது முதல் இருக்கிறேனே! நீங்கள் கற்றதை நானும் கற்றேன். (அழகாக சிரிக்கிறான். அவனுடைய விசித்திரமான பேச்சு, நடவடிக்கை, அசாதாரண தோற்றம் யாவையும் கண்டு சந்திரமதி பயப்படுகிறாள்)*

விசுவா: *அரசே... விளையாட்டு தீர்ந்துவிட்டது; பிரமை ஒழிந்தது. இனிமேல் உன் கண்களுக்கு உண்மை புலப்படும். அப்போது பார்ப்போம் உன்னுடைய அகத்தின் ஒளியை. இந்தச் சண்டாளனைப் பார்த்தால் இவனே உனக்கு உண்மையைப் புகட்ட சரியான மனுஷன் என்று தோன்றுகிறது. என்ன சொல்கிறாய்? நான் உன்னை இந்தச் சண்டாளனுக்குக் கொடுப்பது என்று நிச்சயித்துவிட்டேன். சரிதானா?*

(சந்திரமதி பரிதாபகரமாக அழுகிறாள்.)

விசுவ: *பயப்படாதே அம்மா. உனக்கு ஒரு ஆபத்தும் வராது, வெளியே நிற்கும் என்னுடைய சிஷ்யனுடன் உன்னை அனுப்பிவைக்கிறேன். அந்த பிராமணன் உன்னை ஜாக்கிரதையாகப் பாதுகாப்பான். (பிராமணனைக் கூட்டிவர வெளியே போகிறார்.)*

சந்தி: *இதென்ன விளையாட்டு? உங்களுடைய போக்கு எனக்குப் புரியவில்லை... போதும். இனிமேல் முனிக்கு விடை கொடுத்து அனுப்புங்கள். என்னால் இந்த வேதனையை சகிக்க முடியவில்லை.*

அரி: *(சிறிதும் தயங்காமல் கம்பீரமாக) அப்போது என்னுடைய கொள்கைகளுக்கு ஆபத்து வரும் என்று நான் எதிர்பார்க்கவில்லை... ராஜபோகத்தின் மீதுள்ள மோகத்தினால் அரிச்சந்திர மகாராஜா தன்*

உதாரண லட்சியங்களை உதறிவிட்டான் என்று உலகம் ஏசினால்?

சந்தி: (பெருமூச்சுடன்) புரிந்துகொண்டேன். காதல் மனிதனுக்கு ஒரு போதுபோக்கே ஆகிறது. அவனுடைய கருத்து நிஜமாகவே வேறு இடத்தில் இருக்கிறது போலும்.

அரி: (பற்றில்லாமல்) சந்திரமதி... நீ என் மனைவி ஆனதினால், நீயும் என்னுடைய லட்சியங்களுக்காக தியாகம் செய்யக் கடமைப்பட்டவள். ரகுவம்ச வீரர்கள் எதையும் தியாகம் செய்ய அஞ்சமாட்டார்கள்.

சந்தி: என்மேல் அபிமானமில்லை என்று பளிச்சென்று சொல்வதுதானே! கேவலம் ஒரு பிராமண சிஷ்யனுடன் வெளியே அனுப்புவானேன்?

அரி: உனக்கு கலக்கம் ஏற்படாமல் இருக்க நீ இந்த பிராமணனுடன் போவதே நல்லது என்று நான் நினைக்கிறேன். என்னுடன் வந்தால், பயங்கரமான சில உண்மைகள் தெரியக்கூடும்.

சந்தி: என்னை இப்படி அனுப்ப உங்களுக்கு மனம் வருகிறதா? அப்படி அனுப்ப உங்களுக்கு உரிமை கிடையாது என்று நினைக்கிறேன்.

அரி: சந்திரமதி, என்னுடைய நிலைமையைப் புரிந்து கொள்ளாமல் பேசுகிறாய். நான் சொல்லச் சொல்ல கேட்கவும் மறுக்கிறாய்.

(விசுவாமித்திரர் வருகிறார்.)

விசுவா: என்ன அரசே, இன்னுமா தயக்கம்? அப்போது உங்களுடைய உறுதி இந்த மட்டும்தானா?

அரி: முனிவரே, நான் என் வாக்கை மீறுவதாக உத்தேசமில்லை. இதோ போகிறேன்.

(சந்திரமதி பதில் பேசாமல், விடையும் பெற்றுக்

கொள்ளாமல், தலை குனிந்தபடி வெளியே போகிறாள். பிராமணன் பின்னோடு போகிறாள்)

பிரவீ: வருகிறீர்களா அரசே, நாமும் போவோம். (அவர்களும் போகிறார்கள். விசுவாமித்திரர் சிரிக்கிறார். வசிஷ்டர் வருகிறார்.)

வஸிஷ்: பரிட்சை எந்த மட்டிலும்?

விசுவ: இதுதான் ஆரம்ப கட்டம். அரிச்சந்திரனுடைய ஆத்மாபிலாஷை சத்தியம் என்று தெரிந்து கொண்டேன். ஆனால் அவனுக்கு மனக்குறை உண்டாகும் போது அதை விட்டு ஓட முயல்வானா என்று இனிமேல்தான் தெரிய வேண்டும்.

வஸிஷ்: சாதாரண மானுடன், தனக்கு வருத்தத்தைத் தரும் நிஜத்தைக்கண்டு நடுங்குவான். சத்தியத்தை ஒளிக்க முயல்வான். அதன்மேல் வெறுப்புக் கொள்வான். பிறர் இருப்பதை இருப்பது போல் அவனுக்கு எடுத்துக் காட்டினால், அவர்களையும் வெறுப்பான். இருப்பது, இருப்பது போல் அல்ல என்று ருசுப்படுத்த சிரமப்படுவான். எப்படியானாலும் துவர்ப்பான். நிஜத்தைப் பார்க்காமல் கண்களை மூடிக்கொள்ள இச்சைப்படுவான். ஆனால் இவனோ...

விசுவ: அரிச்சந்திரன் மாத்திரம் ஏன் தப்ப முயலக்கூடாது? அவன் ஒரு அரசன் என்பதை மறந்துவிட்டீர்களா? ராஜபோகத்தைத் துறந்து இருப்பது கஷ்டம்.

வஸிஷ்: நீங்கள் சொல்வது சரி. நான் சொல்லுவதும் சரி. ராஜபோகத்தை விட்டு இருப்பது கடினம். பிரியாளைப் பிரிந்திருப்பதும் அதைவிடக் கஷ்டம். எல்லாவற்றையும் விட ராஜபதவியின் மேல் உண்டாகும் மோகம் அவனை உலுக்கும் இச்சோதனைகளை அவனால் பொறுக்க முடியாவிட்டால், அரிச்சந்திரன் அந்த உண்மையைக் கண்டு கொள்வான். எவ்வித ஆபத்திற்கும் அவன் அஞ்சமாட்டான்.

ஜாக்கிரதை. நான் அப்போதே எச்சரித்தேன். உங்களுடைய பரிட்சை வரம்பு மீறிவிடப் போகிறது! சத்தியத்தைக் கண்டு பயப்படமாட்டான் என்று சொன்னேனே தவிர, அதை அரிச்சந்திரன், எங்கே, எப்போது, எவ்விதமாகக் காண்பான் என்று நான் குறிப்பிடவில்லை. விசுவாமித்திரரே... கவனம்.

(விசுவாமித்திரர் கடகடவென்று நகைக்கிறார்)

காட்சி ||

(மயானம் அரிச்சந்திரனும் சண்டாளனும்)

பிரவீ: அரசியை விட்டு வந்த தினத்திலிருந்து உங்களுடைய முகம் களை இழந்து இருக்கிறது. உங்கள் அகத்தில் ஆனந்தமில்லை என்பது வெட்ட வெளிச்சமாய் தெரிகிறது.

அரி: அதொன்றுமில்லை. சுகானுபவம் என்பது, நிலைமைகளுக்குத் தகுந்தபடி அவ்வப்போது, நம் மனதை சாந்திப்படுத்திக் கொள்வதே ஆகும்.

பிரவீ: அப்போது, ராஜ்யத்தைப் பறிகொடுத்துவிட்டு, மனைவி மக்களை விட்டுவிட்டு வந்ததில் உங்களுக்கு வருத்த மில்லையா?

அரி: வருத்தமில்லை என்று சொல்ல முடியாது. வாழ்க்கையில் சில பொருள்கள் கிடைக்காமல் இருப்பதினால்தானே, கிடைக்கும் இன்பங்களை நாம் நன்றியுடன் நுகர்கிறோம்; இப்போதுதானே நான் எத்தனை சுகங்கள் அனுபவித்தேன் என்பது எனக்கு புலன்படுகிறது.

பிரவீ: அப்போது துன்பத்தின் மூலமாகத்தான் இன்பம் புலப்படுமா?

அரி: ஆமாம்.

பிரவீ: *அரசே, நான் உங்களை அடிமைத்தனத்திலிருந்து விட்டுவிடத் தயாராக இருக்கிறேன். உங்களுக்கு இஷ்டமானால் நீங்கள் திரும்பி உங்கள் ராஜ்யத்தை அடைய யாதொரு தடையும் இல்லை.*

அரி: *பிரவீரா, ராஜ்யம் என்னுடையது அல்லவே. அது விசுவாமித்திரரைச் சேர்ந்தது ஆயிற்றே!*

பிரவீ: *சில வசதிகள் இல்லாவிட்டால், ஆத்ம திருப்தி உண்டாகாது என்று நீங்கள் ஒப்புக்கொண்டால்; முனிவர்...*

அரி: *முடியாது. உள்ளது உள்ளது போல் அறிவதே ஆத்ம சாந்தி. எனக்கு அவ்விதமாக வாழ்வதில்தான் சந்தோஷம். அதிருக்கட்டும், இத்தனை தூரம் பேச நீ எங்கே கற்றாய்?*

பிரவீ: *அதுதான் சொல்லிவிட்டேனே. இத்தனை வருஷங்களாக உங்களுக்கு இருந்த சிட்சை எனக்கும் உண்டு என்று. அப்போது, சந்திரமதி, லோகிதாசன் இவர்களைப் பிரிந்திருப்பதில் உங்களுக்கு வருத்தம் கிடையாதா?*

அரி: *வருத்தம் இருந்தாலும் அது வாழ்க்கைக்கு இயற்கை. அதை ஏற்றுக்கொள்வதும் நலம். கூட்டு வாழ்வு சில காலம், பிறகு தனி வாழ்வு சில காலம், இறுதியில் மரணம், இது மனிதனுக்கு விதித்ததுதானே. இதற்காக, இன்னல்கள் வந்ததும் ஏன் கோவென்று அழுது கதற வேண்டும்?*

பிரவீ: *அப்போது மானிடன் அன்பினாலும் அனுதாபத்தினாலும் உயிர் வாழ்கிறான் என்பது பொய்யா? எது எப்படிப் போனாலும், சந்தோஷமாக இருப்பதாக நீங்கள் சொன்னால் அதை நம்ப முடியவில்லையே! ஸ்ரீ வாங்க ரிஷியைப் போல், அன்பை புறங்கையால் அப்புறப்படுத்துகிறவன், தன்னுடைய ஆத்மாபிமானம் என்னும் கூட்டிலேயே அடைபடுகிறான் என்று எண்ணுகிறேன்.*

அரி: பிரவீரா, நீ பல நூல்களை வாசித்து தத்துவ விசாரணை செய்திருக்கிறாய் என்று தெரிகிறது. நீ என்ன சொன்னாலும், அவரவர்கள் விதியை அவர்களேதான் அனுபவிக்க வேண்டும் என்பது பொய்யாகாது. (பிடிவாதமாக) சந்திரமதியின் விதியை அவள் அனுபவித்தேதான் தீர வேண்டும்.

(யாரோ அழும் சத்தம் கேட்கிறது. இருவரும் என்ன விசேஷமென்று பார்க்கப் போகிறார்கள். மற்றொரு வழியாக சந்திரமதியும், லோகிதாசனும் வருகிறார்கள்)

லோகி: அம்மா, இந்த இடத்தைப் பார்த்தாலே எனக்கு பயமாய் இருக்கிறது. இங்கே எதற்காக அழைத்து வந்தாய்?

சந்தி: குழந்தாய்! அந்த பிராமணன் கையில் அகப்பட்டுக்கொண்டு அவதிப்படுவதைவிட இந்த இடத்தில் கட்டையை வாங்கிக்கொண்டு. தீயை வளர்த்தி.....

லோகி: ஐயய்யோ... வேண்டாமே அம்மா எனக்கு சாவை நினைத்தால் பகீரென்கிறதே...

சந்தி: கண்ணே! என்ன பயம்? மரணத்தை வெல்லும் வழியைப் பற்றி, போகுமுன் உன் தந்தை உனக்கு போதித்ததை மறந்துவிட்டாயா? எப்போதும் நினைத்ததைக் கூசாமல் பார்க்கக் கற்றுக் கொள்ளுகிறவன், மரணத்தை வென்றவன் ஆவான். இப்போது பார். நாம் அந்த பிராமணனுடன் இருந்ததில் இன்பத்தைப் பார்த்துவிட்டோம். இனிமேல் சுவர்க்க வாசம் செய்தால்...?

லோகி: அம்மா, இந்த உயிர் ரொம்ப இன்பமாகத் தோன்றுகிறது. பிராமணனுடைய உதையும் அடியையும் கூட பொறுத்துக்கொள்ளலாம்போல் இருக்கிறது.

சந்தி: உனக்குத் தெரியவில்லை. ஆனால் மரணத்தில்தான்

இனிமை. வாழ்வில் துன்பந்தான். நிம்மதி தரும் அந்த ஆனந்தத் துயிலே மரணத்தின் சக்தி யமதர்மராஜா தான் நமக்குத் தோழன்.

லோகி: என்னுடைய உயிரை நானாக வாங்க அஞ்சுகிறேன்.

சந்தி: அப்போது பிராமணனுக்கு சந்தனம் அரைத்துக் கொடுத்துக் கொண்டு நீ இரு. நான் போகிறேன்.

லோகி: அம்மா! அம்மா! (அலறுகிறான்.)

சந்தி: நான் சொல்லுவதைக் கேள். உனக்கு இரண்டே வழிதான் உண்டு. ஒன்றில் என்னுடன் தீயில் குதி அல்லது பிராமணனிடம் இடிசோறு தின்னு. வேறு கதி கிடையாது.

லோகி: (திகிலுடன்) அம்மா, நீ கட்டாயமாக...

சந்தி: (திடக் குரலுடன்) ஆமாம்.

லோகி: அம்மா, இந்த உலகம் இன்றுதான் என் கண்களுக்கு ரம்மியமாய் இருக்கிறது. இப்போதுதான் வானத்தின் நீலவொளி என் கண்களுக்குத் தென்படுகிறது. தீயில் குதித்த அடுத்த விநாடி பட்சிகள் கூவுவது காதில் படாதே... பச்சிலையின் அழகு கண்ணிற் படாதே...

சந்தி: அயோத்தியாவில் இருக்கும்போது இதெல்லாம் உன் உணர்வுக்கு எட்டவில்லை.

லோகி: என்னவோ... மரணம் சமீபித்துவிட்டது என்ற போதுதான், இயற்கையின் தோற்றம் என்னை ஈர்க்கிறது. இந்த உலகத்தில் உயிருடன் இருப்பது ஆனந்தமாக இருக்கும் போல் தோன்றுகிறது.

சந்தி: அப்போது நீ பிராமணனிடம் திரும்பிப் போ. நான் மாத்திரம் கட்டை ஏறுகிறேன்.

லோகி: அம்மா, என்னைத் தனியாக விட்டுவிட்டா போகிறாய்? அப்பாவிடமாவது கொண்டுவிடேன்.

சந்தி: *(கடகடவென்று சிரிக்கிறாள்) அப்பாவிடமா? உங்கப்பா மாத்திரம், எல்லோரையும் போல் மனைவி மக்களைக் கவனித்திருந்தால் இந்த இக்கட்டு நமக்கு வாய்க்குமா?*

லோகி: *முனிவர் கேட்டதை அப்பாவால் எப்படி இல்லை என்று சொல்ல முடியும்? இதுவரையில் எதனால் என் வாழ்க்கை நிலைபற்றி இருந்ததோ அது பொய் என்று சொன்னால் ஒழிய வேறு வழி இல்லாமல் போய்விட்டதே!*

சந்தி: *இதோ ரகுகுலம் பேசுகிறது. ஆமாம், உங்கப்பாவால் எப்படி முனிவரின் வேண்டுகோளை மறுக்க முடியும்? ரகு வம்சத்தின் தீபம் சுடர்விட்டுப் பிரகாசிக்க வேண்டாமா?*

லோகி: *ரகுவம்சத்தின் தர்மம் ஒருபுறம் இருக்கட்டும். செல்வத்தையும், ராஜ்யத்தையும், மனைவி மக்களையும் விட்டாலும், உள்ளதை உள்ளபடி கண்டு திருப்தி அடைவாயா என்று விசுவாமித்திரர் கேட்டபோது அப்பா என்ன பதில் கூற முடியும்?*

சந்தி: *அப்பப்பா... அதே மண்ணை பிரம்மன் எங்கேதான் வைத்துப் பாதுகாத்தானோ? இதோ ரகுகுலம் பேசுகிறது. இதோ அரிச்சந்திர மகாராஜாவே வந்து விட்டாற்போல் இருக்கிறது.*

லோகி: *அம்மா... போவோம் வா. வீட்டிற்கு வா. இதோ பார், விறகு பிய்த்துப் பிய்த்து என் கையெல்லாம் சிராய் ஏறியிருக்கிறது.*

சந்தி: *ரொம்ப நல்லது. சிதையில் ஏறும்போது சீக்கிரமாகவே அது பற்றிக் கொள்ளும். வா, கண்ணே! யமதர்ம ராஜன் உன்னை அன்புடன் அழைத்துக் கொள்வான். வேதனையே தெரியாது, பார்.*

(லோகிதாசன் அலறிக்கொண்டு ஓட முயல்கிறான். சந்திரமதி அவனைத் துரத்துகிறாள். சண்டாளன் வருகிறான்.)

சந்தி: சண்டாளா, எனக்காக ஒரு நல்ல சந்தனக் கட்டை சிதை கட்டிக் கொடு.

பிரவீரன்: குழந்தாய்! (ஓடும் லோகிதாசளை அன்புடன் அணைத்துக்கொள்ளுகிறான்) கவலைப்படாதே. மரணம் உன்னை வருத்தாது. மூச்சு சுலபமாகவே வெளியே போகும்.

லோகி: எனக்கு சாக விருப்பமில்லை.

சந்தி: உனக்குத் தெரியவில்லை. இந்த உலகம் மிகவும் பொல்லாதது. நானில்லாமல் நீ இங்கு தனியாய் வாழ்வது கஷ்டம். எத்தனை துன்பம் இருக்கிறது என்று நீ உணரவில்லை.

பிரவீ: உன் தாயார் சொல்வதைக் கேட்டாயா? பேசாமல் மரணத்தை அணைத்துக் கொள்.

லோகி: அம்மா நான் எப்படியாவது ஜீவனம் பண்ணுகிறேன்.

சந்தி: என்ன? தாயும் இல்லாமல், தகப்பனும் கவனியாமல், பொருளும் இல்லாமல் நிர்பயமாக நீ இருப்பாயா?

பிரவீ: சந்தன வாசனை மிக்க இன்பமாய் இருக்கும்.

லோகி: (பயத்தினால் அவனுக்கு ஒருவித புதிய துணிவு உண்டாகிறது. யாரோ சொல்லிக் கொடுத்தாற்போல் பேசுகிறான்) அம்மா, உனக்கு என்னிடத்தில் நிஜமான பிரியமில்லை. உயிரை எப்படியாவது தொத்திப் பிடித்துக் கொண்டு ஊஞ்சலாட விரும்பும் என் இச்சையை நீ தெரிந்து கொள்ளவில்லை. சாகும் தருணத்தில்கூட நீ உன்னுடைய துன்பத்தையே நினைக்கிறாய். எனக்கு ஒரு சந்தேகம். அப்பாவைப் பிரிந்து இருப்பதைப் பற்றி உனக்கு வருத்தமா? அல்லது தர்மத்தை உன்னைவிட மேலாக அவர் நினைத்துவிட்டாரென்ற ரோசமா?

சந்தி: நிஜமான தாய், குழந்தை முரண்டு பண்ணினால் கூட, அதனுடைய நல்லதற்காக அதைக் கண்டிப்பாள். அது

போலவே, இப்போது நீ பிடிவாதம் செய்தால்கூட உனக்கு மரணமே உசிதமென்று எனக்குத் தோன்றுகிறது.

லோகி: மாட்டேன்... மாட்டேன் (மறுபடியும் ஓடப் பார்க்கிறான். சந்திரமதி அவனைத் தடுக்கப் பார்க்கிறாள்.)

பிரவீ: அம்மா, இதெல்லாம் தேவையில்லை. பையனை என்னிடம் விடுங்கள். நான் சரிபண்ணிவிடுகிறேன். (லோகிதாஸனை அணைத்துக் கொள்ளுகிறான். அந்தக் கதகதப்பான ஆலிங்கனத்திற்கு குழந்தை உட்படுகிறான்.)

லோகி: (சந்தேகத்துடன்) நீ யார்? இந்த மயானத்து ஆள்தானே?

பிரவீ: (லோகிதாஸனை மிருதுவாகத் தடவிக் கொடுத்தவண்ணம்) குழந்தாய் என்னைத் தெரியவில்லையா உனக்கு? நீ பிறந்தது முதல் நான் உன்னுடன் இருக்கிறேன்! ராஜலக்ஷ்மியைப் போல், எனக்கு உங்கப்பா பேரில் ஒரு கண், உன் பேரிலும் ஒரு கண். (அவன் பேசப் பேச குழந்தையின் பதற்றம் அடங்கிக் கொண்டு வருகிறது) யோசித்துப் பாரு. உனக்கு குழந்தை வயதிலிருந்து ஏதாவது பயமுண்டா? (லோகிதாஸன் தலையை அசைக்கிறான்.)

சந்தி: பயமா? அவனுக்கு சிறு வயதிலிருந்தே இருட்டைக் கண்டால் பயம், ஆனால் அதைவிட நெருப்பைக் கண்டால் பயம். சுடு ஜலத்தைத் தொடக் கூசுவான், தீபத்தினிடம் போகான், நெருப்பை அணுகான்...

பிரவீ: பார்த்தாயா? தீயைக் கண்டால் உனக்கு பயம் என்று அம்மா சொல்லுவது சரியா? (லோகிதாஸன் சரியென்று மாத்திரம் தலையை அசைக்கிறான்.)

சந்தி: அதற்கும் இதற்கும் இப்போது என்ன சம்பந்தம்?

பிரவீ: தேவி! ஒவ்வொரு மானிடனும் ஒரு நோயையோ,

விபத்தையோ, கஷ்டத்தையோ குறித்து பிறந்த தினத்திலிருந்து பயப்படுகிறான். அதன் மூலமாகத்தான் அவனுடைய அந்திம காலம் அவனை நெருங்கும் என்று அவனுடைய உள் உணர்வு அவனுக்குப் புகட்டுகிறது. இருந்தும் அவனும் அந்த ஆபத்தும் ஓயாமல் வாழ்க்கையில் கூட்டுப் பிரயாணிகளாக இருக்கிறார்கள். கடைசியில் எதைக் குறித்து அவன் அதிகமாகப் பயப்படுகிறானோ, எதை விட்டு, விலகப் பிரயத்தனப்படுகிறானோ அது வழியாகவே அவனுக்கு சாவு உண்டாகிறது. லோகிதாசா, நீ அக்னி பகவானிடம் பயம் கொண்டாய். கடைசியில் உனக்கு தீயினாலேயே முடிவு உண்டாகிறது. பயப்படாதே... விதியைத் தைரியமாக ஏற்றுக் கொள் (பிரவீரனுடைய பேச்சைக் கேட்கக் கேட்க ராஜகுமாரனுக்கு அமைதி உண்டாகிறது. சண்டாளனுடைய வார்த்தைகள் அவனுடைய பாவத்தில் இருந்த நிதானம் லோகிதாசனைத் தொடுகிறது).

பிரவீ: வா, நான் அழைத்துப் போகிறேன். நான் உன் பின்னோடு வருகிறேன். உன் கையைப் பிடித்துக்கொள்ளுகிறேன்.

(இனிமையான அவனுடைய தொனியால் இழுக்கப்பட்ட அரசகுமாரன் சிதையில் ஏறுகிறான். சந்திரமதி அழுகிறாள். அப்போது அரிச்சந்திரன் வருகிறான், அழுக்குக் கந்தையை உடுத்திக்கொண்டிருக்கும் சந்திரமதியை அவன் முதலில் அடையாளம் கண்டுகொள்ளவில்லை. யாரோ ஒரு ஸ்திரீ என்று எண்ணி அவளை ஏறிட்டுப் பார்க்கவும் இல்லை. பையனையும் சிதையில் கவனிக்கவில்லை.)

அரி: பிரவீரா இந்தப் பெண் யாருக்காக அழுகிறாள்?

பிரவீ: தங்களுக்காக.

அரி: *(திடுக்கிட்டு அவளைக் கூர்ந்து பார்க்கிறான். சந்திரமதி சிதையில் ஏறப் போகிறாள். அவன் அவளைத் தடுக்கிறான்) யார் சந்திரமதியா? என்ன செய்யத் துணிந்தாய்? (லோகிதாசன் எழுந்து ஓடி வந்து தன் தகப்பனாரைக் கட்டிக் கொள்ளுகிறான். பிரவீரன் மிருதுவாக தனக்குத்தானாகவே சிரித்துக்கொள்ளுகிறான்.) என்ன செய்ய நினைத்தாய்! சந்திரமதி...*

சந்தி: *அவனையும் அழைத்துக்கொண்டு சுவர்க்கம் போக எண்ணினேன்.*

அரி: *என்னை விட்டு விட்டா?*

சந்தி: *யார், யாரை முதலில் விட்டுச் சென்றது?*

அரி: *சந்திரமதி, நம்முடைய சோதனைக் காலம் முடிந்து விட்டது என்று நினைக்கிறேன். இப்போதுதான் விசுவாமித்திரர் இங்கே வந்து விட்டுப் போகிறார். கூடிய சீக்கிரம் என்னுடைய பரிட்சை முடிந்துவிடும் என்று சொன்னார். சீக்கிரத்தில் நாம் முன் போல் சுகவாழ்வு அனுபவிக்க முடியும்.*

சந்தி: *என்ன மறுபடியுமா?*

அரி: *ஆமாம்.*

சந்தி: *மறுபடியும் அதே வாழ்க்கை எனக்குப் பிடித்தமாக இருக்கும் என்று தோன்றவில்லை.*

அரி: *ஏன், சந்திரமதி நான் சொன்னது உனக்கு விளங்கவில்லையா?*

சந்தி: *ஆகா, நன்றாகப் புரிந்தது. மறுபடியும் அரிச்சந்திர மகாராஜா இந்த உலகம் புகழும்படி ஒரு உதாரண புருஷனாக ராஜ்யம் ஆளுவான்; தர்மத்தைக் காப்பான்; நியாயத்தை நிலைநிறுத்துவான்; சத்தியத்தைக் கைக்கொள்ளுவான். ரகுவம்சத்து அரசன் அல்லவா?*

சந்ததிக்காக தாம்பத்திய வாழ்வும், கீர்த்திக்காகவே போரும், தியாகத்தின் பொருட்டே தனமும், சத்தியத்திற்காக எல்லாமும் என்ற குறிக்கோள்களைப் போற்றுவதே அவனுடைய லட்சியமாக இருக்கும். அரசே, நீங்கள் நீடூழி ராஜ்யபாரம் நடத்தி, சுகமாக வாழுங்கள். நான் போகிறேன்.

அரி: எங்கே?

சந்தி: சுவர்க்கத்திற்கு.

அரி: அதிக துயரத்தினால் உன் புத்தி பேதலித்து விட்டது. உனக்காகவே நான் உயிரை வைத்திருக்கிறேன் என்பதை மறந்தாயா?

சந்தி: இல்லை எப்படி மறப்பது? அரண்மனை உத்தியானவனத்தில் நீங்கள் என்னுடன் கொஞ்சிக் குலாவியதை எப்படி மறப்பது? ஆனால் இனிமேல் உங்கள் வாழ்க்கையில் எனக்கு பங்கு இல்லை. அதை நான் நன்றாகப் புரிந்துகொண்டுவிட்டேன்.

பிரவீ: சந்திரமதிக்கு விடை கூறி நீங்கள் திணறிப்போய் விடுவீர்கள்!

அரி: பிரவீரா, நீ இதில் தலையிடாதே. சந்திரமதி நான் உன்னை அந்த பிராமணனுடன் அனுப்பிவிட்டேன் என்று உனக்குக் கோபமா? கட்டுப்பட்டுவிட்டதால் வேறு வழியில்லாமல் அப்படிச் செய்தேன்.

பிரவீ: உண்மையைக் காண அஞ்சி அப்படிச் செய்தீர்கள்.

அரி: எங்களுடைய பேச்சில் குறுக்கிடாதே என்று இப்போதுதானே சொன்னேன்? தேவி, விசுவாமித்திரருக்கு நான் என்ன பதில் கொடுத்திருக்க முடியும்?

சந்தி: அவன் அவன் சிருஷ்டியான இடத்தில் இருந்து கொண்டு, அவன் அவன் கடமைகளை நடத்த வேண்டுமே தவிர, அரசனை ஓட்டை ஆண்டி ஆக்கினால்...

அரி: *என்ன அவமானம்! முனிவருடன் அப்படியா பேசி இருக்க வேண்டுமென்கிறாய்?*

பிரவீ: *மனைவி மக்களை நடுத்தெருவில் நிறுத்தி வைப்பது அவமானம் இல்லையா?*

அரி: *சும்மா இரு என்று சொல்லவில்லை? சந்திரமதி, தன் கடமையை நடத்தாத புருஷன் உயிர் வாழ முடியுமா?*

சந்தி: *மனைவி மக்களைக் காப்பாற்றுவதும் கடமை இல்லையா?*

அரி: *சந்திரமதி, யோசித்துச் சொல்லு: எந்த லட்சியம், என் அந்தரங்க உயிருக்கு ஆவியாக இருந்ததோ, அதை பரிட்சிக்க சமயம் வந்தவுடன், நான் பின்வாங்கி இருக்க வேண்டும் என்கிறாயா?*

சந்தி: *இல்லை. வாழ்க்கை பிரமாணங்களை நிறை தூக்கிப் பார்க்க ஒவ்வொருவனுக்கும், ஒரு தனி தராசு இருக்கிறது. அதனால் என்ன? சுருங்கச் சொன்னால் உங்களுடைய வாழ்வில் நான் ஒரு அதிகப்படி பாத்திரம். அதனால் நான் போகிறேன்.*

அரி: *(திக்பிரமை கொண்டவனாக) சந்திரமதி, நீ போகக் கூடாது. நீ இல்லாமல் என்னால் உயிர் வாழ முடியாது.*

பிரவீ: *உள்ளதை உள்ளது போல் காணும் ரகுவீரனே, இந்த உண்மையை அப்போதே பார்த்திருந்தால்?*

அரி: *என்ன? நானா உண்மையைத் தெரிந்துகொள்ளவில்லை?*

சந்தி: *ஆம். விசுவாமித்திரருடைய சூழ்ச்சிக்கு உடன்பட்டுவிட்டீர்கள். எந்த இடத்திலும், எவ்வித சந்தர்ப்பத்திலும், உள்ளதை உள்ளபடி அறிந்தால், மனிதன் நிம்மதியுடனும் திருப்தியுடனும் வாழ முடியும்; இதை நான் நிரூபித்துக்காட்டுகிறேன்*

என்று வாக்களித்தீர்கள். அன்பென்னும் அந்த ஒரு ஆதாரப் பொருள் இல்லாமல் மட்டும் மனிதன் வாழ முடியாது என்று நீங்கள் அறியவில்லை.

அரி: அப்படியா சொல்லுகிறாய்? எங்கே இருந்தாலும் என்ன கஷ்டப்பட்டாலும், ராஜ்யம் ஆண்டாலும், சுடுகாட்டில் வாழ்ந்தாலும், திடமுள்ள மனத்தவன், சாந்தி அடைய மாட்டானா?

சந்தி: அப்படியானால், என்னை ஏன் தடுக்கிறீர்கள்? நான் போகிறேன். நீங்கள் அமைதியுடன் இருங்கள்.

அரி: உன்னைப் பிரிந்திருப்பது அத்தனை கஷ்டமில்லை. ஆனால் நீ தீயில் குதித்தால், அதை நான் எப்படி சகிப்பேன்?

பிரவீ: அரசே, ஒன்றுக்கொன்று பின்னிக் கொண்டிருக்கும் மானிட ஜன்மங்கள், அபிமானம் என்னும் அந்த ஆத்ம சக்தியால்தான் உறுதி பெறுகின்றன. அன்பு என்னும் அந்தப் பிணைப்பு இல்லாவிட்டால்...

அரி: சந்திரமதி, எனக்கு இப்போதுதான் உண்மை விளங்க ஆரம்பித்திருக்கிறது. உன் அன்பு இல்லாமல் ஒரு கண நேரங்கூட என்னால் மூச்சு விட முடியாது.

(விசுவாமித்திரர் வருகிறார்)

விசுவா: அரிச்சந்திரா, சந்தோஷமாகவும் நிம்மதியாகவும் இருக்கிறாயா? அல்லது ராஜ பதவிக்காக ஏங்குகிறாயா?

அரி: இரண்டும் இல்லை சுவாமி; ஆனால் உண்மையைக் கண்டுவிட்டேன்.

விசுவா: அது என்னவோ?

அரி: இப்போதும், உண்மையைக் காண பயப்படவில்லை. இன்று எனக்கு பதவி வேண்டியதில்லை, ராஜ போகமும் தேவையில்லை. அன்று உங்களிடம் சொன்னது போல் எல்லாவற்றையும் தியாகம்

செய்துவிட்டு அமைதியாகத்தான் இருக்கிறேன். ஆனால் அன்பு இல்லாமல் என்னால் பிழைத்திருக்க முடியாது.

விசுவா: அப்படியானால்?

அரி: எனக்கு விடை கொடும்; நான் தீயில் குதிக்கப் போகிறேன்.

விசுவா: என்ன உன் வாக்கை மீறி, உன் கடமையை உதறிவிட்டு...

அரி: முனிவரே, ராஜ்யம் தங்களுடையது; அதை நான் கேட்கவில்லை. அடிமைத்தனத்திலிருந்தும் என்னை மீட்டுக்கொள்ள விரும்பவில்லை. ஆனால் சந்திரமதியையும், லோகிதாசனையும் தீக்கு இரை ஆக்கிவிட்டு நான் மாத்திரம் இங்கே தங்க இஷ்டப்படவில்லை. அதனால், எனக்கு ஒரே ஒரு வழிதான் உண்டு. நானும் போகிறேன். விடை கொடுங்கள், சுவாமி.

பிரவீ: விசுவாமித்திரரே! இத்துடன் உங்கள் நாடகம் முடிந்தது. அரசனுக்கு உங்களுடைய புகழ் தேவையில்லை. தான் என்ற மமதையை அவன் விலக்கி விட்டான். இனிமேல் சூரிய வம்சத்தின் கௌரவம், ராஜ கடமை, சத்தியம், தர்மம் என்ற இதுபோன்ற வார்த்தைகளுக்கு அவசியமில்லை. ஒன்றே ஒன்றைக் கொண்டே அவன் மேலே போவான்; அதுவே அழியாத பழைய ரகசியமான, சாசுவதமான அன்பு என்னும் உண்மை. இதோ அதை அவன் அணைத்துக் கொள்ளப் போகிறான். (அன்பு ததும்பும் குரலில்) வாருங்கள், அன்புடையீர், வாருங்கள். என்னுடைய இந்தப் புனிதமான அன்பு அணைப்பில் இன்பத் துயில் கொள்ளுங்கள்.

★★★

விதியின் வினை

முதற் காட்சி

சாவித்திரியின் அந்தப்புரம்

(சாவித்திரியும் சத்தியவானும் வனவாசத்திலிருந்து ராஜ்யத்திற்குத் திரும்பி வந்து பல வருடங்கள் ஆகின்றன. குழந்தை சாத்விகன், அவர்களுடைய மகன், இப்பொழுது பால பருவத்தைக் கடந்து விட்டான்.)

சத்தியவான்: *சாவித்திரி, சாத்வீகனுக்கு என்ன சொல்லிக் கொடுக்கிறாய்?*

சாவித்திரி: *(சிறு புன்னகையுடன்) ஒரு கடினமான வார்த்தை.*

சத்தி: *(முகத்தைச் சுளித்தவாறு) குலகுருவின் கோள்களை மீறி நீ இப்படிச் செய்வது சரியல்ல. அவர் மேல் சாத்வீகனுக்கு மேலும் மேலும் மதிப்புண்டாகும்படி செய்வதை விட்டு, நீயே சொல்லிக்கொடுக்கக் கிளம்பி விட்டாயே!*

சாவி: *ஏன் நீங்கள்தான் குலகுருவின் முறைகளை அவனுக்கு விளக்குங்களேன்!*

சத்தி: சரிதான்... ஏதாவது ஒன்றை எடுத்துச் சொன்னால், தர்க்கத்திற்கு வந்து விடுகிறாயே... சாத்வீகனுக்கு இது விஷயத்தில் புத்தி சொல்ல வேண்டியதை யார் செய்தால் என்ன? நீ செய்தாலும் ஒன்றுதான்; நான் செய்தாலும் ஒன்றுதான். உன்னைப்போல் எனக்கு அற்பவிஷயங்களை எல்லாம் கூர்ந்து ஆராய்ந்து பார்க்கும் வழக்கமில்லை.

சாவி: ஏன்... நிஜத்தைச் சொல்லுங்களேன். என்னால் சாத்வீகன் மனதைத் தொடமுடியும். உங்களால் முடியாது. இது உண்மைதானே?

சத்தி: (கோபத்துடன்) என் பிள்ளையை நான் அறியேன் என்கிறாயா? அல்லது அவனுக்கு புத்தி சொல்ல எனக்குத் திறமையில்லை என்கிறாயா? நீ சொல்லுவது எனக்குப் புரியவில்லை.

சாவி: அவனைத் தெரிந்துகொள்ள நீங்கள் முயலவில்லை.

சத்தி: என்னுடைய பிழைகளை எடுத்துக் காட்டுவதில் உனக்கு எத்தனை சந்தோஷம்!

சாவி: (தன் மகனிடம்) குழந்தாய், நீ சற்று வெளியே போய் விளையாடிக்கொண்டிரு. நானும் அப்பாவும் சில முக்கியமான விஷயங்களைப் பற்றிப் பேசவேண்டும்.

சாத்வீகன்: (கொஞ்சும் குரலில்) அம்மா, நான் இங்கேயே இருந்தால் என்ன? இதோ பார், இந்த வில்லைச் சரிப்படுத்த வேண்டும். இப்படியே ஓரமாக உட்கார்ந்து கொண்டு, இதை இங்கேயே செய்கிறேன், அம்மா கொஞ்சம் தயவு செய்யேன். நான் உங்களுடைய பேச்சில் தலையிடவில்லை.... அதைக் கேட்கக்கூடமாட்டேன்.

சத்தி: குழந்தை இங்கேயே இருக்கட்டுமே ! அவனை ஏன் மிரட்டுகிறாய்? என்னை இந்த கதிக்குக் கொண்டு வந்தது போதாதா? (சாத்வீகன் கதவோரமாய்ப் போகிறான்.)

சாவி: *இதென்ன இப்படிப் பேசுகிறீர்கள்? நான் சொல்வதெல்லாம் விகற்பமாகவல்லவா உங்களுக்குப் படுகிறது.*

சத்தி: *அது ஒன்றைச் சொல்ல மாத்திரந்தானே எனக்கு உரிமை இருக்கிறது!*

சாவி: *ஏன் இப்படி வரவர உங்களுக்கு இவ்வித சந்தேகங்கள்? நான் உங்களை மதிக்கவில்லையென்று எண்ணுகிறீர்களா?*

சத்தி: *சாவித்திரி, நீ என்னை மதிக்காமல் எப்படியிருக்க முடியும்? (கேலியாக) நீ பதிவிரதையல்லவா?*

சாவி: *நான் பதிவிரதையாக இருப்பது கூட ஒரு பிழையா? அடுத்ததாக, நான் யமனுடன் வாதாடியது பிசகென்று சொல்லிவிடுவீர்கள்!*

சாத்தி: *(இன்னும் கேலியாகவே) இல்லை.... அதெப்படி சொல்லுவேன்? நீ அவனிடம் தர்க்கம் செய்து வரங்களை வாங்கியிருக்காவிட்டால், நாம் இப்பொழுது இத்தனை சுக போகங்களை அனுபவித்துக்கொண்டு இப்படி சந்தோஷமாக வாழ முடியுமா? சாவித்திரி... மனம்போல் யாவரும் இசைந்து போனாலும் ராஜபோகம் ராஜபோகம் தானே!*

சாவி: *(கொஞ்சம் கடுமையுடன்) அதிக சந்தோஷத்தினால் உங்களுடைய புத்தியே பேதலித்துவிட்டது போலிருக்கிறது. முன்பெல்லாம் என்னுடைய சாதுர்யத்தை மெச்சிக்கொண்டிருந்தீர்கள். நான் எது செய்தாலும் அது உயர்வாயிருந்தது. அன்பிருந்தால் அசட்டுத்தனங்கூட ரம்மியமாய் இருக்கும். இல்லாவிட்டால்...*

சத்தி: *இந்தப் பெண்களே இப்படித்தான்! எதைப் பற்றிப் பேசினாலும் கடைசியில் இதே கட்டத்திற்கு வந்து விடுவார்கள்.*

சாவி: பெண்கள் அன்பின் சக்கரத்திலே சுழலுகிறார்கள். ஆண்களுக்கோ விக்கிரமம், ஆணவம், அல்லது ராஜபதவியின் பேராசை - இவையே முக்கியம்!

சத்தி: எனக்கு தற்சமயம் மானந்தான் பிரதானமாகத் தோன்றுகிறது.

சாவி: ஏன், நான் உங்களுடைய மானத்தை வாங்கிவிட்டேனா?

சத்தி: வாங்காமல் வாங்கிவிட்டாய். உன் விருப்பத்திற்கு மாறாக யாரால் நடக்க முடியும்? கணவனைக் காத்தவள் நீ! ராஜா தியுமத்சேனனுக்கு ராஜ்யம் அளித்தவள் நீ! ஜனங்களுக்கு உயிருக்குயிரானவள் நீ! நீயில்லாவிட்டால் நான் ஏது?

சாவி: (வருத்தத்துடன்) நான் யமனுடன் பேசினதே பிசகா?

சத்தி: நீ யமனை ஜயித்து, அவனிடம் வரங்கள் வாங்கிவிட்டதால், நானும் தந்தையும், ஜனங்களும், யாவருமே, உனக்குக் கடமைப்பட்டவர்கள் ஆகிவிட்டோம். நாங்கள் உன் கைதிகள், சேவகர்கள், - உன் முன்னே கைகட்டி, வாய்பொத்தி நின்று சேவை செய்கிறோம். எங்களை ஆளும் அரசி நீ! இந்த ராஜ்யத்தை ஆளும் அரசியும் நீதான்.

சாவி: நான் யாரையும் ஆளவில்லை. இந்த ராஜ்யத்தை உங்கள் தந்தை ஆளுகிறார்.

சத்தி: அவர் ஆளுவது உன் தயவினால்தானே!

சாவி: போதும் இந்த ஏசல்!

சத்தி: நான் உனக்குக் கடமைப்பட்டவன் என்பதை எப்படி மறக்க முடியும். சாவித்திரி நான் இப்போது உயிருடன் இருப்பது உன் தயவினால் என்பதையும், உனக்கு நான் அடிமை என்பதையும் எப்படி மறக்க முடியும்!

சாவி: இப்படியெல்லாம் நீங்கள் நினைக்கும்படியாகவா நான் நடந்து கொள்கிறேன்! விந்தையாய் இருக்கிறதே... நான் வேண்டுவதெல்லாம் அன்பே; அதுவும் சிறிதளவே!

சத்தி: *ஊம்... அன்பே... அதுவும் சிறிதளவே! உனக்குப் புரியவில்லையா, சாவித்திரி? நீ கேட்பதில் எல்லாம் அடங்கியிருக்கிறது என்று?*

சாவி: *எத்தனையோ சிரமப்பட்டு உங்கள் உயிரை மீட்டேன். அதற்குப் பரிசாக சிறிதளவு அன்பு கேட்டது தவறா?*

சத்தி: *சாவித்திரி, உன்னுடைய மகிமையால் உயிர் மீண்டு அடிமையாகிவிட்ட நான், இந்தப் பரிசை அளிக்க சக்தியற்றவனாய் இருக்கிறேனே!*

சாவி: *அன்பை அளிப்பதற்கு சக்தி வேண்டியதில்லை. அன்புக்குத் தானாகவே பொங்கிப் பொழியும் குணமுண்டு.*

சத்தி: *நீ வெற்றி கொண்டது யமனிடம் மாத்திரம் அல்ல! அன்பினால் என்னையும் பிணைத்து, என்னுடைய உயிரின் பேரிலும் வெற்றி கொண்டாய். தான் என்பதில்லாமல் ஒருவனும் உயிர் வாழ முடியாதல்லவா? அதனால், என்னுடைய ஆத்மாவின் சாந்தியை மறுபடியும் அடைய நான் யத்தனிக்கிறேன்.*

சாவி: *நானோ?*

சத்தி: *நீயா? பிரம்ம லிபியை அழித்து, உன்னுடைய அபார சக்தியை நிலைநாட்டிக் கொண்டதற்காக, என்னென்ன அனுபவிக்க வேண்டுமோ அவற்றையெல்லாம் அனுபவிக்க வேண்டியதுதான்.*

சாவி: *இதென்ன விபரீத வார்த்தைகள்!*

(வெளியில் வீணாகானம் கேட்கிறது. நாரதர் பிரவேசிக்கிறார். மூவரும் எழுந்து சென்று அவரை வணங்குகிறார்கள். ஏதோ தர்க்கம் நடக்கிறதென்று நாரதர் தெரிந்துகொள்ளுகிறார். குழந்தை சாத்வீகனுடைய தலையை வருடுகிறார்.)

நாரதர்: *குழந்தாய்! உன்னுடைய அதிர்ஷ்டமே அதிர்ஷ்டம்.*

சாவித்திரியைத் தாயாகவும், சத்தியவானைத் தந்தையாகவும் அடைந்த உன் பாக்கியத்தை அறிவாயா, மகனே?

சாத்வீகன்: மகரிஷி! அடிக்கடி பெரியவர்கள் அப்படிச் சொல்லிக் கேட்கிறேன். ஆனால் நானாக ஒன்றும் தெரிந்து கொள்ள முடியவில்லை. அவர்களிடமிருந்து அருங்குணங்களை எதிர்பார்க்கும் பொழுதெல்லாம், என் கண்களுக்கு அவர்களுடைய சிறுமையே புலனாகிறது. பெருமைகள் யாவும் மறைந்து நிற்கின்றன. சுவாமி! நான் என்ன செய்வேன்! எனக்கு உண்மையை விளக்க வேண்டும்.

(நாரதர் மௌனமாக தம்பதிகளைப் பார்க்கிறார்)

சாவி: (நாரதரைப் பார்த்து) ஆமாம், குழந்தை கேட்கிறான். உண்மையைச் சொல்லுங்கள். வேண்டுமென்றே என்னைப் பரிட்சிக்க இங்கே வந்திருக்கிறீர்களோ?

நாரதர்: உன்னையா? நானா? (சிரிக்கிறார்) ஆனால் அவனும் இப்படியேதான் என்னைக் கோபித்துக் கொண்டான்.

சத்தி: யார்?

நாரதர்: யமன்.

சாவி: (ஆவலுடன்) தர்மராஜாவைப் பார்த்தீர்களா? எப்படி இருக்கிறார்?

(சத்தியவான் அவளை அதிருப்தியுடன் பார்க்கிறான். நாரதர் இதைக் கவனித்துவிட்டு மேலும் சிரிக்கிறார்.)

சாவி: என்னுடைய கேள்விக்குப் பதில் சொல்லவில்லையே!

நாரதர்: அவசரப்படாதே. அங்கேயும் இங்கே இருப்பதுபோல் ஒரு சஞ்சலம். அமைதிக் குலைவு... ஏன் கவலை என்று கூடச் சொல்லலாம்.

சத்தி: ஏன் யமனுக்கு என்ன கவலை இருக்க முடியும்?

நாரதர்: *உன்னைப் போல் அவனும் விதியை வென்றுவிட்டதாக நினைத்தான். விதி இப்போது அவனை ஆட்டி வைக்கிறது.*

சாவி: *அது எப்படி?*

நாரதர்: *ஏன் நீ அவனை ஆட்டி வைக்கவில்லையா?*

சத்தி: *ஆமாம், நீங்கள் சொல்லுவது போல் ஏன் இருக்கக்கூடாது? விதியை வென்றதால் இவ்வித வீழ்ச்சியை அவன் எதிர்பார்க்கவில்லை போலும். ஒருவேளை யமனுக்கும் சாவித்திரியை ஏன் சந்தித்தோமென்று ஆகிவிட்டதோ?*

(நாரதர் பேசாமல் தலையை மாத்திரம் அசைக்கிறார்.)

சாவி: *ஒரு காலத்தில் என்னுடைய சாதுர்யத்தையும் வாய்ஜாலத்தையும் மெச்சின தர்மராஜாவுக்கா...?*

சத்தி: *எதற்காக மெச்சினான்? நீ உங்களுக்குள் நடந்த சம்வாதத்தைப் பற்றி அடிக்கடி சொல்லிச் சொல்லி, அது எனக்கு மனப்பாடமாகிவிட்டது. எதற்காக உன்னை மெச்சினான்? நீ அவனைப் போற்றிப் புகழ்ந்ததற்காகத்தானே?*

சாவி: *புகழ்ந்து பேசுவதில் என்ன தவறு? என் தகப்பனார் கூட உங்களை சூரியனைப்போல் ஒளிகொண்டவன் என்று புகழவில்லையா?*

சத்தி: *ராஜவம்சத்தில் பிறந்த என்னைப் போலுள்ளவர்களுக்கு இவ்விதப் புகழ்ச்சி பொருத்தமானதே.*

சாவி: *அப்படியானால் தேவராஜனுக்கே சமமான பொலிவுடைய தர்மராஜனுக்கு என்னுடைய புகழ்மொழி எத்தனை ஏற்றது?*

நாரதர்: *(சமாதானமாக) ஆனால் நீ அவனிடம் சொன்ன உண்மைகள் இப்பொழுது வெறும் பொய்கள் போல் தெரிகின்றனவே!*

சாவி: *எப்படி?*

நாரதர்: *நீ பர்த்தாவுடன் பூசலிடுவதை ஒரு உதாரணமாகச் சொல்லலாம்.*

சத்தி: *நானும் அதையேதான் சொல்லிக்கொண்டிருந்தேன். எந்த பிரமாணங்களுடன் நாங்கள் வாழ்க்கையைத் தொடங்கினோமோ அவை இப்போது சிதைந்து கிடக்கின்றன.*

சாவி: *என்னைப் பொறுத்தவரையில், நான் மாமனாரிடம் மரியாதையும், பர்த்தாவிடம் அன்பு விரதமும் பூண்டுதான் இருக்கிறேன்.*

சத்தி: *நாங்களோ சாவித்திரி தேவிக்குக் கடமைப்பட்டிருக்கிறோம்.*

நாரதர்: *எதையும் மிதமிஞ்சி ருசிபார்க்கக்கூடாது. பதிவிரதம்கூட மிதமிஞ்சக் கூடாது. அன்பை அடியோடு அள்ளிப்பருக முயலக் கூடாது.*

(பாடிக்கொண்டே வீணையுடன் புறப்படுகிறார். சத்தியவான் சற்று வெறுப்புடனும் கசப்புடனும் சாவித்திரியை ஏறிட்டுப் பார்த்துவிட்டு சட்டென்று வெளியேறுகிறான். அவன் சென்றதைக்கூட சாவித்திரி கவனியாமல், நாரதர் சொன்னதைப் பற்றியே சிந்திக்கிறாள். அவரைப் போகவிடாமல் தடுக்கிறாள்.)

சாவி: *சுவாமி, என்னைத் தவிக்க விட்டுவிட்டுப் போகாதீர்கள்!*

நாரதர்: *ஏன் அம்மா உனக்கு இப்போது என்ன தவிப்பு?*

சாவி: *'இதுவரை நான் செய்தது யாவும் சரி; மகாபதிவிரதையான எனக்கு எல்லாம் கைகூடும்; எதையும் ஜயிக்க இயலும்; எட்டினதைப் பிடித்துவிட்டேன்' என்று எண்ணியிருந்தேன். இன்பத்திற்கு எல்லையில்லை. அதை நான் சதா பருகிக்கொண்டிருப்பதாகக் கனவு கண்டு*

கொண்டிருந்தேன்.... இப்போது என் உள்ளத்தில் ஒரே குழப்பம். என்னைக் காத்து வந்த அரண்கள் திடீரென்று சரிந்து விழுகின்றன.

நாரதர்: என்ன உனக்குக்கூட அதைரியமா?

சாவி: ஆமாம் அறிந்த விபத்துகளைக்கண்டு அதைரியப்பட வேண்டாம். அறியாமல் வந்து தாக்கும் இந்த அந்தரங்க பலஹீனத்தை நினைத்து நடுங்குகிறேன்.

நாரதர்: சாவித்திரி, நீ சொல்லுவதொன்றும் எனக்கு அர்த்தமாகவில்லை.

சாவி: அன்று என்னை இந்தக் கல்யாணத்திலிருந்து தடுத்தீர்களே... நினைவிருக்கிறதா? எதற்காக என்று இப்பொழுது சொல்லுங்கள் பார்க்கலாம்.

நாரதர்: இதென்ன கேள்வி? சத்தியவானுடைய அல்ப ஆயுளைக் குறித்தே அன்று அப்படித் தடுத்தேன்.

சாவி: அப்படியா? அதைத்தவிர உங்களுக்கு மனதில் வேறொரு எண்ணமும் இல்லையா?

நாரதர்: வேறு என்ன எண்ணங்கள் இருக்கமுடியும்?

சாவி: சத்தியவானுடைய ஆயுளைப்பற்றி அறிந்த நீங்கள், யமதர்மராஜாவுடைய வரத்தைக்கூட அறிந்திருக்கலாம் அல்லவா? இப்போது நடக்கும் கட்டத்தைக்கூட தெரிந்துகொண்டிருக்கலாம் அல்லவா?

நாரதர்: (உரக்கச் சிரிக்கிறார்) எதிர்காலத்தில் வரப்போவதைத் தெரிந்துங்கூட, மனிதன் கசத்தில் இறங்குகிறான் என்பதற்கு இது ஓர் உதாரணம். (பிறகு சற்று நிதானத்துடன்) அம்மா சாவித்திரி, நீ ஊகிப்பது சரியே! வரப்போவதை அறிந்தே அன்று உன்னைத் தடுக்க முயன்றேன். உன்னுடைய தவத்தை அறிவேன். கோடி கிரணங்களுடன் ஒளிவீசும் சூரிய பகவானையும் நீ எதிர்த்துச் செல்லத் துணிவு உடையவள் என்றும் தெரிந்துகொண்டேன். விதியை வென்றுவிடுவாய்

என்று தெரியும். ஆனால், அதனாலுண்டாகப் போகும் தீமைகளை அப்பொழுது உன்னிடம் எடுத்துச் சொல்ல முடியவில்லை.

சாவி: என்ன சொன்னீர்கள் ! கணவனுடைய உயிரைத் தூய அன்பினால் திரும்பி வரவழைக்கக் கூடிய சக்தி, தீமையை நாடுமா?

நாரதர்: சற்று முன்னால்தானே சொன்னேன். அளவுக்கு மிஞ்சிய அன்பு விஷமாகிவிடும் என்று. விதியை வென்றாய். அதன் பிறகு வாழ்க்கை உன் கையில் என்றும், துன்ப வாழ்க்கையை இன்பமாக மாற்ற வல்ல சக்தி உனக்கு வாய்த்து விட்டது என்றும் எண்ணிவிட்டாய். அந்த எண்ணத்தினால், மாறாத, அழிவில்லாத இன்பத்தையே நீ கோரினாய். உன்னுடைய பதிவிரதம் என்ற சுடருக்கு உள்ள மகிமை எதற்குமே கிடையாது என்று கர்வங்கொண்டாய்...

சாவி: என்ன? என்ன? நானா கர்வங்கொண்டேன்?

நாரதர்: ஆமாம், அம்மா! நீ மாத்திரமா? விருத்தனை அழைத்த இந்திரன் கர்வங்கொண்டு துர்வாசரால் சாபம் பெற்றான். தந்தைக்குப் பிரவணம் உபதேசித்த முருகனும் கர்வத்தினால் விநாயகரிடம் தோற்றான். அயனும் அரியும் கூட தங்களை விடப் பெரியவர் யாரும் இல்லை என்று எண்ணி, சிவலிங்கத்தினிடம் தோற்றார்கள். தவத்தின் கர்வம், எல்லாவித கர்வங்களை விடக் கொடுமையானது. நீ விதியை வென்றுவிட்டேன் என்று பூர்ண நிச்சயம் பெற்ற வுடனேயே பரந்தாமனை நிராகரித்தது போல் ஆகிறது அல்லவா?

சாவி: (காதுகளைப் பொத்திக் கொண்டு) சிவ சிவ... நாரதரே உங்களை மூன்று உலகத்துக் கலகக்காரர் என்று சொல்லுவதில் என்ன பிசகு? ஆனால் இதற்கும் சத்தியவானுக்கு என்னிடம் உண்டாகி இருக்கும் சந்தேகத்திற்கும் என்ன சம்பந்தம்?

நாரதர்: *சாவித்திரி, உன்னுடைய இந்த இறுமாப்பு, நாம் சாதித்துவிட்டோமென்ற உவப்பு, நீ எத்தனை அடக்கி வைத்தாலும் வெளியே தென்படாமல் இருக்குமா? அதனால் அவனுக்கு அச்சம் உண்டாகிறது. உன்மேல் அவனுக்கு சந்தேகமில்லை; அச்சந்தான்.*

சாவி: *அச்சமா? எதற்காக?*

நாரதர்: ஒரு சத்திரியனுக்கு உயிர்ப்பிச்சை ஏற்பதை விட அவமானமானது வேறு எதுவும் இல்லை.

சாவி: மனைவியின் மூலம் உயிர் மீண்டது கூடவா அவமானம்?

நாரதர்: அதனால்தான் அதிக அவமானம்.... நீ அவனுடைய உள்ளத்தைத் துளாவிப் பார்க்கிறாய். உன் மேல் அவன் அன்பைப் பொழிய வேண்டும் என்கிறாய். ஆனால் அவனோ, வேதனை மிக்க ரகசியம் ஒன்றை மூடி வைக்கப் பார்க்கிறான்.

சாவி: அது என்ன ரகசியம் சுவாமி?

நாரதர்: அவனுடைய நெஞ்சு ஆணவம் குறைவினால் வறண்டு கிடக்கிறது; அச்சத்தினால் அதிலே அன்பு ஊற போதுமான சக்தியில்லை. இதுதான் அவனுடைய ரகசியம். சாவித்திரி, பகவான் கீதையில் சொல்வது போல், வேறு வேறு பாவங்கள் கொண்ட ஆத்மாக்களை ஒன்று சேர்த்து வைக்க இயலாது.

சாவி: அப்படியானால் முதல் கட்டத்தில் சொன்னது போல் நான் சத்தியவானை வரித்ததே பிசகா?

நாரதர்: ஆமாம். அதைவிடப் பிசகானது, அவனை மறுபடியும் மீட்டது. காண முடியாத ஒரு ஒளியை உன் விழிகள் அவனிடம் தேடுகின்றன. அவனுடைய ஆத்மாவென்னும் வீணையில் நீ நாதமாக இருக்க முடியாது. ஆனால் நீயோ அந்த ஆசைக்காக விதியைத் தகர்த்தாய்.

சாவி: ஒரு பெண் தன் நாயகனுடன் சுகவாழ்வு வாழ விரும்புவது என்ன பிசகா?

நாரதர்: அதற்காக என்ன பகீரதப் பிரயத்தனம் செய்தாய். போரும் உன் தவம்! இனிமேலாவது எதிர்காலத்தில் வரப் போவதைத் தவிர்க்க யத்தனிக்காதே!

சாவி: என்ன... எதிர் காலமா? அப்பொழுது என்னுடைய இன்பவாழ்வு இறுதியை எட்டிவிட்டதா?

நாரதர்: (தலையை அசைத்தவாறு) ஆமாம் சாவித்திரி, மேலே என்னைத் தூண்டாதே. இனிமேலாவது, வரும் வினை வந்தே தீரும் என்பதை அறிந்துகொள்.

(போகிறார்)

இரண்டாம் காட்சி

தியுமச்சேனனின் கொலுமண்டபம்

தியுமச்சேனன்: (தனிமையில்) செல்வம் உண்டு, செல்வாக்கும் உண்டு, ராஜ்யம் உண்டு, ஐசுவர்யமும் உண்டு; ஆனால் திருப்தி...? திருப்தி மாத்திரம் உண்டாகவில்லை. அது சாவித்திரிக்குத்தான் உண்டு. தானாகவே உழைத்து வாழ்க்கையினின்று திரட்டி எடுக்கும் சுகம் போல், மற்ற சுகங்கள் திருப்தியைத் தரக்கூடியதில்லை.

சாத்வீகன்: (ஓடிவந்து) தாத்தா... தாத்தா.

தியு: வா, குழந்தாய்... ஏன் இத்தனை பதற்றம்?

சாத்வீ: நாரதமுனி வந்திருக்கிறார், தாத்தா. அம்மாவுடன் பேசிக்கொண்டிருக்கிறார்.

தியு: அப்படியா? அந்தக் கலகக்கார ரிஷி வந்த இடத்தில் க்ஷேமமேது? இப்போது எதற்காக இங்கே வந்தார்?

சாத்வீ: யமதர்மராஜா ஏதோ கவலையாய் இருப்பதாக அம்மாவிடம் சொல்லிக்கொண்டிருந்தார்.

தியு: *(திடுக்கிட்டு) யமனுக்கு இப்போ என்ன கவலை?*

சாத்வீ: அதுதான் தாத்தா, எனக்கும் புரியவில்லை. நீங்கள் சொல்லுங்கள். நான் அடிக்கடி அம்மா எப்படி வாக்குச் சாதுர்யத்தினால் யமனை ஜயித்து அப்பாவுடைய உயிரை மீட்டாளென்று கேட்டிருக்கிறேன். ஆனால் முதலிலிருந்து அம்மாவுடைய சரித்திரத்தைக் கோவையாகக் கேட்டதில்லை. சொல்லுவீரா, தாத்தா?

தியு: முதலிலிருந்தே நாரதர் உன் தாயின் வாழ்க்கையில் தலையிட்டு இருக்கிறார்.

சாத்வீ: அவர்தானே அப்பாவுடைய கண்டத்தைப் பற்றி எடுத்துச் சொன்னார். அவரிடம் நாம் நன்றியல்லவா காட்ட வேண்டும்?

தியு: குழந்தாய்! உனக்குப் புரிய வயதாகவில்லை.

சாத்வீ: இல்லை, தாத்தா, புரியும். எல்லாவற்றையும் சொல்லுங்கள்.

தியு: நாரதர்தான் உன் அம்மாவுடைய அகந்தையைத் தூண்டி விட்டார். ஏற்கனவே சாவித்திரி தேவியின் வரப்பெண் என்று அவளுக்கு செருக்கு அதிகமாய் இருந்தது. அழகு, புத்திக் கூர்மை, கல்வி எல்லாமாகச் சேர்ந்து அவளைக் கர்வம் கொள்ளச் செய்திருந்தன.

சாத்வீ: ஏன் தாத்தா, சத்குணங்களினால் உண்டாகும் ஒருவித நிச்சயத்தை கர்வமென்று சொல்லலாமா?

தியு: *(சிறுவனை ஆச்சரியத்துடன் பார்க்கிறான்)* நீ அவளுடைய பிள்ளை என்பதில் சந்தேகமில்லை. இப்பொழுதே எத்தனை துணிச்சல்? என்ன கவர்ச்சிகரமான பேச்சு! இருக்கட்டும்... அவளுக்கு என்றுமே தைரியம் அதிகம். அந்தக் காலத்தில் அவளுடைய ஆக்கிரமிப்புக் குணத்தைக் கண்டுதானே மற்ற அரசர்கள் அவளை மணக்க முன்வரவில்லை? அந்தச் சின்ன வயதிலேயே அப்படியென்றால்?

அப்பொழுதுதான் பாவம், அசுவபதி ராஜா அவளைத் தானாகவே ஒரு கணவனை வரித்து வரும்படிச் சொல்லித் தீர்த்த யாத்திரை அனுப்பினார்.

(நாரதர் வருகிறார். இருவரும் எழுந்து கும்பிடுகிறார்கள்.)

நாரதர்: *சாவித்திரியின் குணாதிசயங்களைப் பிள்ளைக்கு எடுத்துச்சொல்லுகிறீர்களாக்கும்?*

தியு: *மகரிஷியே! தங்களைத் தவிர அதைப்பற்றி விஸ்தரிக்க யாருக்கு உரிமை?*

நாரதர்: *(சிரிக்கிறார்) குழந்தாய் அன்று நான் என்ன தடுத்தும் உன் தாயார் கேட்கவில்லை. திடசித்தம் பெற்றவள் உன் தாய், யமனுடன் போராட நிச்சயித்துவிட்டாள். அவனை வென்றும் விட்டாள்!*

தியு: *அவளுடைய விடாமுயற்சியை அறிந்துதானே நீங்கள் அவளைத் தூண்டிவிட்டீர்கள்?*

நாரதர்: *இதென்ன - பிள்ளையின் உயிரை மீட்டதற்காக, உங்களுக்கு மருமகளிடம் கோபமா?*

தியு: *(சற்றுப் பொறுமையற்றவராக) ஆமாம். கோபம்தான். ஆனால் சத்தியவானை மறுபடி அடைந்ததற்காக அல்ல; சாவித்திரியின் மனப்பான்மை மாறிவிட்டதற்காகத்தான்.*

நாரதர்: *அதற்கு நான் பொறுப்பாளியா?*

தியு: *அல்லாமல் வேறு யார்? நினைத்தால் யமனைக்கூட வெல்லும் சக்தி வாய்ந்தவளுக்கு கேவலம் நானோ, சத்தியவானோ, எந்த மூலை?*

நாரதர்: *(புன்னகை செய்து) ஓகோ! அப்படியா? மருமகளுடைய புகழைக் கண்டு கொஞ்சம்...*

தியு: *அவ்வளவு ஈனமாக நான் ஆகவில்லை. ஆனால் பயமாக இருக்கிறது...*

நாரதர்: என்ன பயம்?

தியு: சாவித்திரி எத்தனை பதிபக்தியுடன் இருந்தாலும், எவ்வளவு தவ மகிமையுடன் விளங்கினாலும்...

நாரதர்: கட்டுக்கு அடங்காமல் போய்விடுவாளோ என்ற பயமா?

தியு: இல்லை இல்லை. எதையும் அதிகமாகப் பரிட்சை செய்யக் கூடாது அல்லவா? தெய்வத்திற்கே எங்களுடைய உன்னதமான போக வாழ்வு பொறுக்காவிட்டால்?

நாரதர்: மனிதனுக்குத் துன்பத்தைக் கொடுத்தாலும் கவலை, இன்பத்தைக் கொடுத்தாலும் அதைவிடக் கவலை; அது நீடித்து நிற்கவேண்டுமே என்று. அதிருக்கட்டும்; தெய்வத்திற்கு பொறுக்கவில்லை என்று சொல்லும்படி ஏதாவது நடக்கிறதா?

தியு: இன்னும் இல்லை... ஆனால் சத்தியவானுக்கு இந்த அடிமை வாழ்க்கை ஏற்கவில்லை. சீக்கிரத்தில் ஜனங்களுக்கும் விஷயம் விளங்கிவிட்டால்?

நாரதர்: எது விஷயம்?

தியு: அதுதான் சாவித்திரியுடைய அடக்க முடியாத அகந்தையும், சாசுவத சுகவாழ்வில் அவளுக்கு உள்ள நாட்டமும்.

நாரதர்: ஊம்....... ஊம்.

தியு: ஏற்கனவே ஊரில் அகால மரணங்கள் பல உண்டாகின்றன என்று சாரணர்கள் செய்தி கொண்டு வருகிறார்கள். சாவித்திரியின் இன்பத்திற்கும், தங்களுடைய துன்பத்திற்கும் ஏதோ பிணைப்பு இருப்பதாக ஜனங்கள் அபிப்பிராயப்படுவது போலத் தோன்றுகிறது. அங்காங்கே புகைந்து கொண்டிருக்கும் இந்த அதிருப்தி...

(அரண்மனை வாசல் பக்கத்தில் கூக்குரல். பேச்சு, இரைச்சல், அதட்டல் சத்தங்கள், தியுமத்சேனன், நாரதர், சாத்வீகன் மூன்று பேரும் எழுந்து சென்று ஜன்னல் வழியாகப் பார்க்கிறார்கள். சத்தியவான் பரபரப்புடன் உள்ளே வருகிறான்.)

சத்தி: ஒரு கிழவி அரண்மனை வாசலில் வந்து அட்டகாசம் செய்கிறாள். அவளுக்கு ஒரே ஒரு கொள்ளுப் பேரனாம். மகன் இறந்து ஒரு பேரனை வைத்துச் சென்றானாம். அந்தப் பேரனும் ஒரு பிள்ளையை வைத்துவிட்டு பரலோகம் போனானாம். இப்பொழுது இந்த மூன்றாவது குலவிளக்கு. ஒரே ஒரு விளக்கு போய்விட்டதாம். மூன்று வயது கூட நிரம்பவில்லையாம். சாவித்திரி இருக்கும் நாட்டில் யமன் இப்படி அநியாயம் செய்ய எப்படித் துணிந்தான் என்று கேட்கிறாள். இந்த க்ஷணமே தன் பேரனை சாவித்திரி உயிர்ப்பித்துக் கொடுக்கவேண்டும் என்கிறாள்! *(சத்தியவானுக்கு மூச்சுத் திணறுகிறது. கீழே... ஒரே கோஷம்....“சாவித்திரி... சாவித்திரி” என்று ஜனங்களுடைய கூக்குரல். “உனக்கு சத்தியவான் உயிர் பெரிது... எங்களுக்கு எங்கள் உயிர் பெரிது...”)*

தியு: *(வருத்தத்துடன்)* நான் அப்பவே நினைத்தேன். எதற்கும் ஒரு முடிவு வேண்டுமல்லவா?

சாத்வீ: தாத்தா, எதற்காக வருத்தம்? இதோ அம்மாவைக் கூட்டி வருகிறேன்.

சத்தி: வேண்டாம்.

சாத்வீ: அப்பா... அம்மா எதற்கும் அஞ்சாநெஞ்சு படைத்தவள். அவளால் இந்தக் கிழவியைத் திருப்தி செய்ய முடியாதா?

(சாவித்திரி தானாகவே வருகிறாள்.)

தியு: சாவித்திரி! உன்னுடைய கையில் மறுபடியும் நான் அகப்பட்டுக்கொண்டிருக்கிறேன். என் ராஜ்யம், என் மக்கள், என்னுடைய மானம் உன் கையிலிருக்கிறது.

சாவி: *(தலை குனிந்தவாறு)* நீங்கள் சொல்லுவது எனக்கு விளங்கவில்லை.

தியு: வெளியே உண்டாயிருக்கும் குழப்பத்திற்குக் காரணம் தெரியுமா?

சாவி: தெரியும்.

தியு: பின் நான் சொல்ல வேண்டியது என்ன இருக்கிறது? அந்தக் குழந்தையைக் காப்பாற்றி, என் மானத்தையும் காப்பாற்று.

சாவி: நான் சக்தியற்றவளாய் இருக்கிறேன்! என்னால் முடியாது!

தியு: என்ன! உனக்கு அத்தனை இறுமாப்பா? நான் உன்னை வணங்கிக் கேட்டுக்கொள்ளவேண்டுமோ?

சாவி: *(வருத்தத்துடன்)* பிரபோ, நீங்கள் புரிந்து கொள்ளவில்லை. செய்த தவம், முதல் வரங்களுடன் போய்விட்டது. அதன் பிறகு, நீங்கள் சொல்லுவது போல், அகந்தையால் அலட்சியமாக இருந்துவிட்டேன். சுகத்தில் ஈடுபட்டுத் தபஸை மறந்துவிட்டேன். தவமெனும் கனலை சதா அகத்தில் வளர்க்க வேண்டுமென்பதை அறிந்திருந்தும் அசட்டையாய் இருந்தேன்.

சாத்வீ: அம்மா, உன்னால் இந்தச் சின்னக் காரியத்தைச் செய்ய முடியாதா?

சாவி: கண்மணி, வாழ்க்கையில் எல்லோருக்கும் ஒரு பரிட்சையுண்டு. எனக்கு நேர்ந்த பரிட்சையில் நான் ஏற்கனவே தேறியாகி விட்டேன். மறுபடியும் ஏன் என்னையே சோதிக்க வேண்டும்? இது என்னுடைய பொறுப்பல்ல.

(சத்தியவானைப் பார்க்கிறாள்.)

சத்தி: *(கசப்புடன்)* இது என்னுடைய முறையா என்ன?

சாவி: *கண்மணி, வாழ்க்கையில் உண்டாகும் தடைகளை, அவனவன் அவ்வப்போது ஜயித்துக்கொள்ள வேண்டும். ஒவ்வொரு விபத்திலும் நானோ, யமதர்ம ராஜாவோ வந்து முடியுமா? நீயே யோசித்துப் பார். மனிதனுடைய முயற்சிக்குத் தகுந்தபடி, அவனவன் சக்திக்குத் தகுந்தபடி வெற்றி அடைவான்.*

சாத்வீ: *அப்போது நான் முயற்சி செய்யட்டுமா?*

நாரதர்: *சாத்வீகா, உனக்கு இன்னும் பருவம் நெருங்கவில்லை. சமயம் வரும்பொழுது உன்னையும் பரமாத்மா சோதனை செய்வான்.*

சாவி: *(நாரதரைப் பார்த்து கோபமாக) போதும், உங்களுடைய குறிச்சொற்கள்!*

சத்தி: *சாவித்திரி, இப்பொழுது இருக்கும் நிலைமையை என்னால் பொறுக்க முடியாது. ஒன்று ஜனங்களுடைய வேண்டுகோளை நிறைவேற்று; அல்லது...*

சாவி: *அல்லது?*

சத்தி: *காடுதான். வா போவோம் காட்டிற்கு. சாத்வீகன் தந்தைக்குத் தொண்டு புரிவான். நாம் சென்று விட்டால் நம்முடன் இந்தக் கடுமையான பொறுப்பும் அகன்று போய்விடும். அதன் பிறகு, ஜனங்கள் மரணத்தை மறுபடியும் இயற்கையாக ஏற்றுக் கொள்வார்கள்.*

நாரதர்: *ஆமாம்... சாவித்திரி ! சத்தியவான் சொல்வது சரிதான். இனிமேல் உங்களுக்கு வனவாசமே ஏற்றது!*

(சாவித்திரியும் சத்தியவானும் போகிறார்கள்.)

சாத்வீ: *அம்மா, அப்பா, என்னுடைய கதி!*

(அவர்கள் கால்களில் விழுகிறான். சாவித்திரி பதில் பேசவில்லை.)

சத்தி: *மகனே! எங்களுடைய சுகத்தின் அடித்தளம்*

துக்கத்திலிருந்து உற்பத்தியானது. உன்னுடையது அப்படியில்லாமல் பார்த்துக் கொள். இன்பத்தில் அந்தரங்க அதிர்ச்சியோ கலக்கமோ இருக்கக் கூடாது. தர்மராஜன், புத்துயிர் அளித்தான்; புது வாழ்வை அளித்தான்; செல்வத்தை அளித்தான். ஆனால் ஏதோ உரிமையில்லாததைப் பெற்றுவிட்டது போல், அன்றையிலிருந்து ஒரு சுமையையும் மனதிலுண்டாக்கி விட்டான். குழந்தாய்! எது கிடைத்ததோ அதைக் கொண்டு உண்மையான தூய இன்பங் கொள்வாய். பரிபூர்ணமான அமர வாழ்வுக்கு ஆசைப்படாதே.

(போகிறார்கள்)

மூன்றாம் காட்சி

காடு

(காட்டில் சாவித்திரியும் சத்தியவானும் நடந்து போகிறார்கள். திடீரென்று சத்தியவான் தயங்குகிறான். அவன் நடையில் தளர்ச்சியுண்டாகிறது; ஒரு மரத்தடியில் அமர்கிறான். சாவித்திரி குனிந்தவாறு நடந்துகொண்டிருக்கிறாள். அவள் சத்தியவானுக்கு ஏற்பட்ட களைப்பைக் கவனிக்கவில்லை. சிறிது தூரம் சென்றதும் திரும்பிப் பார்க்கிறாள். அவனைக் காணவில்லை. திரும்பி ஓடி வருகிறாள். அங்குமிங்கும் தன் பர்த்தாவைத் தேடுகிறாள். சத்தியவானை எங்கும் காணவில்லை. அவள் திகைத்து நிற்கிறாள். அப்பொழுது யமன் அவள் முன் தோன்றுகிறான். சாவித்திரியின் நெஞ்சு திக்கென்று அடித்துக் கொள்ளுகிறது.)

சாவி: *நீங்களா?*

யமன்: *ஆமாம். ஏன், உனக்கு ஆச்சரியமாய் இருக்கிறதா?*

சாவி: *அப்படியென்றால் மறுபடியும் துன்பக் கட்டம் நெருங்கிவிட்டது.*

யமன்: பெண்ணே எப்போதும் அழிவில்லா இன்பத்தை அனுபவிக்க எண்ணினாய்; அதை அடையவும் செய்தாய். அது எப்படி இருந்தது? நினைத்துப் பார். தன்னுடைய சுயமுயற்சியினால் உண்டாகாத அந்த இன்ப வாழ்வு சத்தியவானுக்கு சுவாரஸ்யமாய் இல்லை. தானமாக வாங்கிக்கொண்ட ராஜ்யபாரம் தியுமத்சேனன் தோளை உறுத்தியது. சத்தியவானைத் தந்தையாகவும், சாவித்திரியைத் தாயாகவும் கொண்ட சாத்வீகனுக்கு ஒரே மனக் குழப்பம். உனக்கோ உனக்கோ 'இதுதான் சுகம், இதுவே அமரத்துவம்.... இது சுவர்க்க வாசம்' என்று உனக்கு நீயே அடிக்கடி நினைவு ஊட்டிக்கொள்ள வேண்டியதாய் இருந்தது. 'நான் சாவித்திரி, நான் யமனை ஜயித்தேன். நான் தேவலோக சுகத்தை அனுபவித்துக்கொண்டு இருக்கிறேன்' என்று அடிக்கடி சொல்லிக் கொண்டாய். சாவித்திரி, இவ்வித சுசுத்தை நீ என்ன விதமானது என்று சொல்லுவாய்?

சாவி: சுகம், துக்கம் என்பதைப்பற்றியே இனிமேல் நான் யோசிக்கப்போவதில்லை. இருவித பாவங்களிலும் உயர்வு தாழ்வு பார்க்காமல் ஏற்பதே சாதுக்களின் பண்பு.

யமன்: ஆகா என்ன அருமையான வார்த்தைகள்... சாவித்திரி, இதைக் கேட்டு முன் ஒருதரம் மயங்கினேன்... ஆனால் இப்பொழுது ஏமாறமாட்டேன்.

சாவி: என்ன? சத்தியமே உருவான, பொறுமை எனும் தவமே உருவான நீங்கள் உங்கள் இயல்புக்கு மாறாக எப்படி நடக்க முடியும்?

யமன்: சத்தியவானின் உயிரைத் திரும்பிக் கொடுத்தேனே, அது என் இயல்புக்கு மாறான செயல்தானே? விதிக்கு மாறாக நான் ஆற்றிய வினை, சத்தியத்தை மாய்த்துவிட்டது. சாவித்திரி கர்மாவும் அதன்

பலனும் அடுத்தடுத்து மனிதனைத் தொடர்கின்றன. நீயோ நானோ, ஏன் பரமாத்மாகூட ஒரு கணங்கூட செயலற்று இருப்பதில்லை. செய்யும் வினையின் விளைவுகளை யாராலும் மாற்ற இயலாது. நீயும் நானும், விளைவை, விதியை மாற்றத் துணிந்தோம். அதனால் எத்தனை விபரீதம்?

சாவி: இப்போது என்ன விபரீதம் நடந்து விட்டது?

யமன்: யோசித்துப் பார். தொடர்ந்து உன்னால் சத்தியவானுடன் வாழ முடியுமா?

சாவி: ஏன் முடியாது?

யமன்: நினைத்துப் பார். சென்ற சில மாதங்களாக இனிமேல் இவ்வித வாழ்க்கையை நடத்துவது முடியாத காரியம் என்று உனக்குத் தோன்ற ஆரம்பிக்கவில்லை?

சாவி: ஏதோ சில சில சமயங்களில் கொஞ்சம் அதிருப்தியுண்டாகியிருக்கலாம்.

யமன்: அவ்வளவுதானா? நன்றாக யோசித்துப் பார்.

சாவி: சில சமயத்தில் மாமனாருடைய விசித்திரப் போக்குகளைக் கண்டு, இவருக்காக ஏன் தர்மாவுடன் இத்தனை போராடினோம் என்று நினைத்திருக்கிறேன். அடிக்கடி என்னைப்பற்றி பிள்ளையிடம் குற்றம் கூறி வந்தார் என்று கூட சந்தேகப்பட்டேன்.

யமன்: அதுவும் இருக்கக்கூடும். திடீரென்று எதிர்பாராமல், தகாத ஒரு பெரிய சம்பத்து கிட்டும்போது, மனிதன் சந்தேகம் கொள்ளுகிறான். உழைத்துக் கிடைத்த இன்பம் போய்விட்டால் மறுபடியும் உழைத்து அதை அடையலாம் என்ற தைரியம் இருக்கும். அப்படியில்லாவிட்டால், சதா அச்சமே மனதைத் தாக்கும்.

சாவி: இருக்கலாம். ஆனால் அந்த அச்சத்தை சத்தியவானுக்கும் புகட்டியது எனக்குப் பிடிக்கவில்லை. அப்பாவிடம்

கூட என் மாமனார் என் கர்வம் மட்டுக்கு மிஞ்சிப் போவதாகக் குறை சொன்னார்.

யமன்: உன் தகப்பனார் அதை ஒப்புக்கொண்டிருக்க மாட்டாரென்று நினைக்கிறேன்.

சாவி: (முகத்தைச் சுளித்தவாறு) அதுதான் இல்லை. அப்பாவுக்குப் பாவம், வயது காலம் ! பகுத்தறிவு குன்றிவிட்டது. என் தம்பிமார்களும், மைத்துனிகளும் வேறு, அவரிடம் எனக்கு எதிராக போதனை செய்கிறார்கள். இந்தப் பிள்ளைகள் என்ன சாதித்துவிடப் போகிறார்கள்? நான் செய்ததை அவர்களால் செய்ய முடியுமா? அவர்கள் பிறந்ததே அனாவசியமென்று தோன்றுகிறது.

யமன்: ஆமாம்.... ஆனால் அப்பொழுது உன் தகப்பனாருக்கு புத்திரப் பேறு வேண்டுமென்று எத்தனை தூரம் வாதாடினாய்?

சாவி: பெண்களை விட பிள்ளைகள் என்ன அதிகமாகச் செய்துவிடப் போகிறார்கள்! அப்பொழுது அதைப்பற்றி அவ்வளவு சிந்திக்கவில்லை, நான்.

யமன்: சத்தியவானாவது ஒரு சத்புத்திரனாக விளங்குகிறான் என்று நீ சொல்லுவதிலிருந்து தெரிகிறது. தகப்பனார் பேச்சைக் கேட்கிறான் அல்லவா?

சாவி: (கோபத்துடன்) இவருக்கு என்றைக்குமே சுயபுத்தி கிடையாது. வயோதிகர் சொல்லுவதையெல்லாம் கேட்கலாமா? இவ்வளவு வயதாகிவிட்டதே மாமனாருக்கு, மகனும் மருமகளும் சொல்லுவதைக் கேட்டுக்கொண்டு இருக்கக் கூடாதா?

யமன்: (தனக்கு வரும் சிரிப்பை அடக்க முயலுகிறான்) எல்லாவற்றிற்கும் நீதான் காரணம்.

சாவி: நானா?

யமன்: ஆமாம். எல்லோருக்கும் ஒருவித சாசுவதமான இன்பநிலையை ஸ்தாபிக்க நீ தலைப்பட்டாய்....

சாவி: *தர்மா... வேண்டாம், இந்த நிலை. மறுபடி முன்போல் காட்டில் இனிமையாக நாங்கள் வாழ்ந்த அந்த ஒரு வருஷத்தைக் கொடு...*

யமன்: *உண்மையாகவா கேட்கிறாய்?*

சாவி: *(தான் கேட்டதின் பொருளை அப்பொழுதுதான் உணர்ந்து யமனை திக்பிரமையுடன் பார்க்கிறாள்) இல்லை... இல்லை... ஆமாம்... ஐயோ எனக்கு ஒன்றும் புரியவில்லையே (அழுகிறாள்)*

யமன்: *(விடாப்பிடியுடன்) அப்பொழுது இந்த ஒரு வருஷத்தவணையுடன் நீ சத்தியவானை விடத் தயாராய் இருக்கிறாயா?*

சாவி: *(விரிந்த கண்களுடன் ஒன்றும் விளங்காமல்) ஒரு வருஷத்திலா?*

யமன்: *ஆமாம் ஒரு வருஷத்திற்கு. முன் போல் அந்த போக வாழ்வை அளிக்கிறேன். காட்டிலுள்ள குடிசையில் மறுபடியும் நீங்கள் சுகமாக வாழுங்கள். எளிய வாழ்க்கையின் இனிய சுவையை மறுபடியும் பருகுங்கள். ஆனால் அதன் பிறகு, ஒரு கணங்கூட தாமதியேன். இந்த ஒரு வருஷத்திற்கு என் பாரத்தைப் பொறுப்பதே சிரமமாக இருக்கும். சாவித்திரி! என்னுடைய பாரத்தை நீ அறிவாயா? உன்னை இறைஞ்சிக் கேட்டுக் கொள்ளுகிறேன்.*

சாவி: *(மலைப்புடன்) அப்படியென்றால் நாரதர் சொன்னது சரியாய்ப் போய்விட்டது போலிருக்கிறது. உங்களுக்குத் தான் என்னை விடப் பெரிய துன்பம் போலிருக்கிறது.*

யமன்: *ஆமாம். என்னுடைய அந்த வரத்தின் கர்ம பயனை நான் தினமும் அனுபவித்துக் கொண்டிருக்கிறேன். சத்தியவான் விஷயத்தில், காலத்தின் இடைவிடாத போக்கில் நான் தலையிட துணிந்தேன் அல்லவா? இப்போது காலம் என்னுடன் விளையாடத் துணிந்துவிட்டது.*

சாவி: ஓகோ! அதனால்தான் அந்தக் கிழவிக்கு ஒரு பிள்ளை கூடத் தங்கவில்லையோ?

யமன்: ஆமாம், காலம் என்னைப்பார்த்து கோரமாக நகைக்கிறான். பாசக்கயிற்றை வேளை கெட்ட வேளையில் இழுக்கிறான்; அல்லது இழுக்காமல் எதேச்சையாகப் போக விட்டு விடுகிறான். உன் தகப்பனாரைப் பார். நூற்றைம்பது வயதாகிறது. புத்திரர்கள் பொறுமையை இழந்து, தினம் - என்னை எதிர்பார்க்கிறார்கள். ஆனால் என்னால் ஒன்றும் செய்ய முடியவில்லை. எல்லாம் என்னுடைய அந்த ஒரு கர்மாவினால் மூண்ட விபரீதம்!

சாவி: (திடீரென்று விழித்துக் கொண்டாற்போல்) மாட்டேன்... நீங்கள் கொடுத்ததைத் திரும்பிக் கேட்க உங்களுக்குக் கூட அதிகாரம் கிடையாது. இப்போது புரிந்தது. வேண்டுமென்றுதானே, என்னை மெதுவாக இந்த வாதத்தில் சிக்கவைக்கப் பார்த்தீர்கள்.

யமன்: சாவித்திரி, பதறாதே...! அப்பொழுது உன் வாக்குவாதம் ஜயித்தது. இப்பொழுது அதன் பலனாக.... எதற்கும் ஒரு வளைவுண்டு. பலனில்லாமல், பரிகாரமில்லாமல், கைமாறு இல்லாமல், கர்மங்கள் செய்ய மனிதப் பிறவியால் இயலாது.

சாவி: (விம்மலுடன்) அப்பொழுது என்னுடைய சத்கர்மாக்கள்? நான் பெரியோர்களுக்கு செய்த பூஜை? பர்த்தாவுக்குச் செய்த பணிவிடை? அவையெல்லாம் வீணா? அவற்றுக்கு வெகுமதி?

யமன்: அதைத்தான் இத்தனை வருஷங்களாக அனுபவித்தாகிவிட்டதே

சாவி: (நெஞ்சு உடைந்தவாறு) தர்மா... என்னை விட்டு விடு. எனக்கு இனிமேல் வரமும் வேண்டாம்; மாறுதலும் வேண்டாம். இதுவரையில் இருந்தது போல் இப்படியே சத்தியவானுடன்...

யமன்: அதெப்படி முடியும்? என்னுடைய முன் வினைகளே என்னைத் தூண்டுகின்றனவே? என்னால் உன்னை விட முடியாது.

சாவி: அப்பொழுது நான் என்ன செய்யட்டும்?

யமன்: முன்பு நான் சொன்னது போல் ஒரு ஒப்பந்தம் செய்துகொள். இன்றையிலிருந்து ஒரு வருஷம்! (சாவித்திரி கதறுகிறாள். சத்தியவான் மரத்தின் பின்புறத்திலிருந்து தூக்கத்திலிருந்து விடுபட்டு வெளியே வருகிறான். சாவித்திரி கீழே புரண்டு அழுதுகொண்டிருப்பதைப் பார்த்து வியந்து அவளைத் தூக்கி மடியில் கிடத்திக் கொள்ளுகிறான்.)

சத்தி: சாவித்திரி! என்ன நடந்தது? வழி நடந்த களைப்பினால் சற்று கண் அயர்ந்து விட்டேன். விழித்துக் கொண்டதும் யாரோ ஒரு ரத்த நிறமான புருசர் உன்னுடன் பேசிக்கொண்டிருப்பதைப் பார்த்தேனே - அதற்குள் எங்கே மறைந்து விட்டார் அவர்?

சாவி: (அழுகையை நிறுத்திக்கொண்டு, கண்களைத் துடைத்தவாறு நிம்மதியான முகத்துடன் பார்த்து) ஒன்றுமில்லை! நீங்கள் சொப்பனத்தில் யாரையோ கண்டிருக்கிறீர்கள். வாருங்கள் வீட்டிற்குப் போகலாம்...

சத்தி: (திகைத்தவாறு) வீட்டிற்கா?

சாவி: ஆமாம்... வீட்டிற்கு .... நீங்கள் தூங்கும் சமயத்தில் நானும் சற்று உறங்கிவிட்டேன். அப்பொழுது ஒரு அதிசய கனவு கண்டேன். அதன் மூலம் என்னுடைய அகக்கண் திறந்தது. நாதா! இனிமேல் உங்கள் தந்தையின் மனமோ கிலேசமுற நடந்துகொள்ள மாட்டேன். ஆனந்தத்தை, அன்பை, ஆருயிரை லேசாக நுகர்ந்து பார்க்க வேண்டுமே தவிர, அத்தனையையும் ஒரே முட்டாக உறிஞ்சிக் குடிக்க முடியாது என்பதை அறிந்துகொண்டுவிட்டேன். ஒரு கட்டம் வரை, விதியானது என்னுடைய சக்தியை மேலும் மேலும்

பெருக்கி வெற்றி அளித்து வந்தது. என்னிடத்தில் ஒரு புரட்சியை நிகழ்த்துவதற்காகத்தான் அது அப்படிச் செய்ததோ என்னவோ! எப்படி ஆனாலும் சரி நான் இப்போது விழித்துக் கொண்டு விட்டேன். இனிமேல், கிடைப்பது எதுவோ, அதைக் கொண்டு சாந்தியும் அமைதியும் அடைவேன்.

கண்ணகி

காட்சி 1.

வேனிற் காதை

(இடம் புகார். மாதவியின் வீடு. நேரம் மாலை. மாதவியும் அவள் தோழி வசந்தமாலையும் பேசிக் கொள்ளுகிறார்கள்.)

வசந்தமாலை: மாதவி, ஏன் ஒரு மாதிரியாக இருக்கிறாய்? இந்திர விழா நடந்த தினத்திலிருந்து உன் முகம் வாடிக் கொண்டு வருவதைக் கவனிக்கிறேன்.

மாதவி: *(பெருமூச்சுடன்)* இன்பம் என்பது ஒரு கண நேரத்திற்கே நம்மிடம் தங்கும். அந்தக் கணத்தின் ஆனந்தத்தை சாசுவதமாக நினைத்துக் கொள்வதே உயர்வு. இது விஷயம் தெரிந்திருந்தும், எனக்கு ஒவ்வொரு சமயம் பீதி உண்டாகிறது. கோவலனும் நானும் கூடிப் பிரியாமல், குறைதீர, பல நாட்களுக்கு இன்ப வாழ்வு அனுபவித்தாய்விட்டது. இருந்தாலும் அது முடியும் சமயம் வந்துவிட்டதென்றால் மனம் தடுமாறுகிறது.

வசந்த: (ஆச்சரியத்துடன்) இதென்ன விபரீதமாய்ப் பேசுகிறாயே! எத்தனையோ ஆண்களுடன் பழகிவிட்ட நீ கடைசியில் இந்த கோவலனிடம் முடிவில்லா ஆனந்தத்தைக் கண்டு விட்டாய் என்று அல்லவா எண்ணி இருந்தேன்!

மாதவி: உண்மைதான். ஆனால் காதல் தனித் தனிக் கண்களுக்கு வேறு வேறு சாயை கொடுக்கும்.

வசந்த: உன்னுடையது எவ்விதமானது?

மாதவி: நான் கோவலனிடம் கண்ணபிரானின் அருள் வடிவைக் காணுகிறேன்.

வசந்த: ஆனால் கோவலன் உன்னை அப்படிக் காதலிக்கவில்லை என்று நீ எண்ணுகிறாய் இல்லையா?

மாதவி: (நிதானமாக) அவருக்கு என் மேல் பிரியமில்லை என்று சொன்னேனா? அவருடைய அன்பு வேறு விதமானது சிற்றின்பம் ஆண்களுக்கு விறுவிறுப்பைத் தருகிறது; கிளர்ச்சியை உண்டாக்குகிறது. அதனால் அவர்களுக்கு வெறி கிளம்புகிறது. இது எத்தனை சீக்கிரத்தில் தீயைப் போல் கொழுந்து விடுகிறதோ, அத்தனை லாகவமாக மறையவும் செய்யும். உணர்ச்சி மறைந்ததும், அந்த உணர்ச்சிக்கு மூல காரணமாய் இருக்கும் காதலையும் அவர்கள் சீக்கிரமாய் மறந்து விடுவார்கள். அப்படி மறக்காமல் இருக்க வேண்டுமானால் நாம் அவர்கள் மனதைத் தொடர்ச்சியாக அவ்வழியே ஈர்த்துச் செல்லப் பிரயாசைப்பட வேண்டும்.

வசந்த: காதலின் உண்மைத் தோற்றம் அதில் தொத்தி நிற்கும் தியாகம். காதலன் காதலிக்காகவும் மனமார தன் எல்லாவற்றையும் செலுத்துவதே மாசற்ற காதல். உங்களுடையதும் அது போன்றது என்று நினைத்தேனே! மாதவி! நீ கோவலனை, கேவலம் உன் அங்க அழகின் காந்தியினால் கட்டுப்படுத்தி வைத்திருக்கிறாயா?

மாதவி: அப்படிப் பச்சையாகச் சொல்ல முடியுமா? மிக்க நொய்மையான இந்த மனோபாவத்தில் உணர்ச்சி, காந்தம், நேசம், மையல் எல்லாம் சேர்ந்து குமுறும். புலன்களைத் தட்டி எழுப்ப பல நுண்ணுணர்ச்சிகள் உதவுகின்றன. அவற்றைப் பாதுகாத்துப் பார்ப்பது கடினம்.

வசந்த: அப்போது காதல் என்பது நம் மனக் கற்பனையில் ஒரு தோற்றம் என்கிறாயா?

மாதவி: ஆமாம். கோவலனைப் போலுள்ளவர்களுக்கு தம் சிந்தனைத் திரையில் படர்வதே காதல். அந்தக் கற்பனையை ஆதாரமாகக் கொண்டு அவர் மனதில் எழும் தேவதையே அவர் காதலி. அந்தப் பிரமை மறையும்போது காதலும் அழியும். அவர் முன் ஒரு சாதாரண மாதவி நின்று கொண்டிருப்பாள்.

வசந்த: என்ன ஆச்சரியம்! மாதவி , கோவலனுடைய அந்தரங்க ஆத்து சாயையைக் கண்டுங்கூட நீ அவரிடம் இத்தனை அன்பு வைத்திருக்கிறாயே!

மாதவி: ஆம். அன்பு, வசந்தமாலா, நன்றாகப் புரிந்துகொள். அன்பு வைத்திருக்கிறேன்... வீண் பிரமை அல்ல.

வசந்த: இத்தனை பகுத்தறிவுடன் தெளிந்த பின் மனம் கலங்குவானேன்.

மாதவி: ஆமாம். கோவலன் உள்ளத்திலுள்ள காதல் தகைமையை நான் அறிவேன். நான் சாதாரண மாதவியாக புலப்படப் போகும் நாளையும் எதிர் நோக்குகிறேன். இருந்தாலும், வருவதை எதிர்காலச் சுருள் மேகத்தினுள் புதைத்து அதைப்பற்றி எண்ணாமல் இருப்பது மானுட இயற்கை. இந்திரவிழாவன்று நாங்கள் கடற்கரை போனோம். அங்கு நான் ஒரு காதல் கீதம் பாடினேன். அதைத் தப்பாக அர்த்தம் செய்து கொண்டு அதிலிருந்து கோவலன் என் மேல் சந்தேகப்படுகிறார். வாய் விட்டு அவர் ஒன்றும்

சொல்லாவிட்டாலும், அன்றையிலிருந்து சதா நான் ஒன்றையே எதிர்பார்த்திருக்கிறேன். இனிமேல் மாதவியின் எழிலில் மின்னல் தெறிக்குமா? அவள் சாயலில் உள்ள ரம்பைத் தோற்றம் தேய்ந்து விடுமே!

வசந்த: உன்மேல் இத்தனை மோகங் கொண்டுள்ள கோவலனை ஏதோ சிணுங்கினான் என்று இத்தனை நிஷ்டூரமாகப் பேச உனக்கு எப்படி மனம் வருகிறது!

மாதவி: வசந்தமாலா, வரப்போவதை அமைதியுடன் ஏற்க நான் சிரமப்படுகிறேன். இதனால் எனக்குக் கசப்புத்தட்டி விட்டது என்று எண்ணாதே.

வசந்த: ஒரு விளையாட்டுப் பாட்டிற்காக கோவலன் உன்னைத் துறப்பான் என்கிறாயா மாதவி?

மாதவி: பாட்டென்றால், பாட்டா? ஏதாவது ஒரு சிறு காரணத்தையோ, சம்பவத்தையோ வைத்துக்கொண்டு அவர் எக்கிக் குதிக்கலாம்.

வசந்த: நீ கோவலனுடைய காதலை கணித்திருப்பது விசேஷமாய் இருக்கிறது.

மாதவி: உனக்கு கோவலனைப்பற்றி ஒன்றும் தெரியாது. பரம்பரை சொத்துள்ள குலத்தில் உதித்தவர், அவர். ஒரே ஒரு செல்லப்பிள்ளை. அருமையாக வளர்க்கப்பட்டவர். அந்தச் சூழ்நிலையில் அவருக்குக் கிட்டாத வஸ்துவே கிடையாது. வேண்டுமென்று எதை நோக்கிக் கையை நீட்டினாலும், அது வந்து அவர் மடியில் தொப்பென்று விழும். இப்படி, அரவணைப்பினால் ரட்சிக்கப்பட்டு, துதியினால் போற்றப்பட்டு, மனதேவதையால் தொழப்பட்டு வளர்ந்த கோவலன், எப்படி இருப்பார்? நீயே யோசித்துப்பார்; அவர் ஒரு பெண்ணைக் காதலித்தால், அந்தப் பெண் அவருக்கு என்றென்றைக்கும் அடிமைப்பட வேண்டுமென்றுதான் அவர் எதிர்பார்ப்பார். இந்த நம்பிக்கை தளர்ந்து

விட்டால், அவருடைய காதலும் பறந்து விடலாம். கோவலனைப்போல் பாசத்தினால் கட்டுண்டு வளர்ந்தவர்கள் தூய அன்பின் தெய்வீக ஒளியை அறிய முடியாது. (வாயிற்புறம் அரவம் கேட்கிறது.) கோவலன் வருகிறார் போலிருக்கிறது. நீ அவரிடம் பேசிக்கொண்டிரு. அதற்குள் நான் உள்ளே சென்று கொஞ்சம் ஒழுங்குபடுத்திக் கொண்டு, இதோ வருகிறேன். (மாதவி உள் பக்கமாகப் போகிறாள். கோவலன், வெளிப்புறக் கதவால் பிரவேசிக்கிறான்.)

கோவலன்: *யார்? வசந்தமாலாவா? மாதவி எங்கே?*

வசந்த: இதோ, அரை விநாடியில் வந்து விடுவாள். உள்ளே போயிருக்கிறாள். உட்காருங்கள்.

கோவ: வேண்டாம். *(சற்று குழப்பத்துடன் மனவுறுதி இல்லாதவன் போல், அங்குமிங்கும் நடக்கிறான்.)* வசந்தமாலா, மாதவி கொஞ்ச நாட்களாக ஒரு மாதிரியாக இருப்பதை நீ கவனித்தாயா?

வசந்த: *(மிக்க கவனமாகக் கேட்டுக்கொண்டே)* எந்த விதத்தில்?

கோவ: அவள் என்னுடன் பழகும் பாவத்தில் மாறுதல் உண்டாகி இருக்கிறது. முன்போல் அவள் பேச்சில் இன்பமில்லை. அன்று நாங்கள் கடலாடச் சென்ற சமயத்தில், என்னுடன் வேண்டுமென்றே, தன் மன உறுதியை நிலைநாட்டவென்று தர்க்கம் செய்தாள்.

வசந்த: இதென்ன வேடிக்கை! உங்கள் காதலியாக ஆகிவிட்டால், பிறகு மனதில் உள்ளதை வெளிப்படுத்திப் பேசுவதைக்கூட நிறுத்திக்கொள்ள வேண்டுமா? உங்களுக்கு ஏன் இந்த அனாவசிய சந்தேகங்கள்?

கோவ: அனாவசிய சந்தேகம் என்று சொல்ல முடியுமா! அன்று அவள் தன்னையும் அறியாமல், ஒரு பாட்டின் மூலம் மனதை வெளியிட்டு விட்டாள்.

வசந்த: நீங்கள் பேசுவதிலிருந்து உங்கள் மனம்தான் மாறி

விட்டது அல்லது தடுமாறுகிறது என்று சொல்லலாம். ஏதோ, ஒரு கீதம் பாடினாள் என்று, அதை வைத்துக் கொண்டு ஏதேதோ கற்பனை செய்து விட்டீர்களே! இத்தனை நாட்களாக மாதவியுடன் பழகின பிறகு, அவள் உள்ளத்தை உணர உங்களுக்குத் தெரியவில்லையே!

கோவ: (எரிச்சலுடன்) இத்தனை நாட்களாக அவள் இப்படி இல்லையே! முதல் முதலாக நான் அவளை அரங்கேற்றம் மண்டபத்தில் கண்டபோது...

வசந்த: (ஆவலுடன்) எப்படி இருந்தாள்?

கோவ: அழகு தெய்வமே நேரே வந்து விட்டது போல் இருந்தாள். மேடை மேல் அவள் வரும்போது, பொங்கி வரும் பெருநிலவு போல் ஒளி எங்கும் வீசும்; என் உதிரம் கசியும். இனிமையுடன் அவள் பாடிக்கொண்டே அபிநயம் பிடித்தபோது, அந்த ஒலியுடன் என் இருதயநாதம் சுருதி கூட்டியது. அவளை அணைத்து அவள் ஆவியுடன் கலக்காவிட்டால் என் ஆவி உய்த்துவிடும் என்று தோன்றிற்று.

வசந்த: இப்போது அந்த உணர்ச்சி மங்கிவிட்டதா?

கோவ: இல்லை. இப்போது அவள் புன்னகையில் புது நிலவு மறைந்து விட்டது. அவள் சிரிப்பில் கவர்ச்சி இல்லை; முகத்தில் மலர்ச்சி இல்லை; விழியில் காதல் இல்லை.

வசந்த: அவள் முகத்தில் இன்பமில்லையா, அல்லது உங்கள் கண்களில் அது படவில்லையா?

கோவ: (பெருமூச்சுடன்) என்ன அப்படிக் கேட்கிறாய்? மாதவியின் திங்கள் போற்றும் முகத்திற்காக என்னுடைய குடும்பத்தாரை வெறுத்தேன், இல்லறத்தைத் துறந்தேன். எங்கள் சல்லாபமும், பொங்கும் ஆர்வமும் இவ்வளவு சீக்கிரத்தில் குறைந்துவிடும் என்று தெரிந்திருந்தால், நான்

கண்ணகியை இப்படித் தவிக்க விட்டிருக்க மாட்டேன். தேவதாசி வயிற்றில் பிறந்த மாதவி, ஒரு குல ஸ்திரீயைப் போல் எப்படி தூய அன்பைக் கொடுக்க முடியும்? அவள், அவள் இனத்தாரைப் போல் அசிரத்தை காட்டுகிறாள். நான்தான் அவளை நம்பி ஏமாந்தேன்.

(வசந்தமாலை திகைத்து நிற்கிறாள். கோவலன் பேசும்போதே மாதவி பிரவேசிக்கிறாள். அவன் பேசி முடியும் வரையில் பேசாமல், வசந்தமாலையை, 'பார்த்தாயா நான் சொன்னபடி நடக்கிறது' என்ற பாவனையில் பார்க்கிறாள். கோவலன் ஓய்ந்ததும் வசந்தமாலை விடைபெற்றுக் கொள்ளுகிறாள்.)

மாதவி: கண்ணகியைத் தவிக்க விட்டீர்களா? மாதவி அதற்குள் அலுத்து விட்டாளா?

கோவ: என்ன அப்படிக் கேட்கிறாய்? நீ அல்லவா என்னை அசட்டை செய்யத் தலைப்பட்டிருக்கிறாய்?

மாதவி: அப்படியா? சரி. உங்கள் அபிப்பிராயப்படி என் காதல் நிலை எப்படி இருக்க வேண்டும்?

கோவ: காதலி காதலனைப் பார்த்தவுடன் புது நகை புரியவேண்டும், மதுரமாகப் பேச வேண்டும்...

மாதவி: ஓகோ... சதா மையல் கொண்டிருப்பதே காதலா?

கோவ: மையல், உள்ளன்பு, அணைப்பு, எல்லாம் காதலின் அம்சங்களே! உன்னைத் தொடுவது, அருகில் நின்று பேசுவது, தழுவி இன்புறுவது யாவும் அதுவே.

மாதவி: *(ஏளனத்துடன்)* ஆணின் காதலை வர்ணிக்க முடியும். அதற்கு ஒரு எல்லை உண்டு, முடிவு உண்டு.

கோவ: என்ன சொன்னாய்? மாதவி, இப்போது எல்லாம் நீ பேசுவது ஒரே புதிராக இருக்கிறது. என் அணைப்பின் கதகதப்பினால் உன் அன்பு மழுங்கி விட்டதோ!

மாதவி: உங்களுடையதைச் சொல்லுகிறீர்களா... என்னுடையதையா?

கோவ: (தடுமாற்றத்துடன்) உன் குணம் நிச்சயமாக வேறுபட்டிருக்கிறது.

மாதவி: உங்களுடன் இணங்காவிட்டால், உடனே காதல் மடந்தை தேவதாசி ஆகிவிடுவாளா?

கோவ: மாதவி, இப்படி என்னை ஏசுவது நியாயமா?

மாதவி: நீங்கள் என்னிடம் சந்தேகம் கொள்ளுவது அடுக்குமா? வீண் தர்க்கம் செய்வது நமக்கு அழகு இல்லை. காதல் மறைந்து விட்டால், பிறகு வாழ்க்கையை வேறு விதமாக நிர்ணயிக்க வேண்டும். யோசித்துப் பாருங்கள்; இத்தனை நாட்களாக நாம் கொஞ்சுவதிலும், இன்ப நாடகங்கள் நடத்துவதிலும் மிக்க கால தாமதம் செய்து விட்டோம். இனிமேலாவது கவனிக்க வேண்டியதைப் பற்றி சீராக சிந்தித்துப் பார்க்க வேண்டும்.

கோவ: (பரபரப்புடன்) எனக்கும் அந்த யோசனைதான் போயிற்று. இப்படி சுக வாழ்வையே நினைத்துக் கொண்டு எத்தனை நாட்கள் உட்கார்ந்திருப்பது? புருஷன் என்றால் ஒரு அலுவல் வேண்டாமா? பெருங்குடியர் குலத்தில் பிறந்த நான் இதுவரையில் எங்கள் பரம்பரைத் தொழிலை அறவே மறந்து இருந்தேன். இனிமேலாவது அது செவ்வனே நடத்த ஆரம்பிக்க வேண்டும்.

மாதவி: ஆமாம். அதற்கு கண்ணகி உங்களுக்கு நல்ல துணை புரிவாள். வியாபார விஷயத்தில் அவளுக்குத் தேர்ச்சி உண்டு. இதுவரையில் உங்கள் விவகாரங்களை அவள்தானே உள் புகுந்து கவனித்து வந்திருக்கிறாள்!

கோவ: (அவள் சொல்லுவதில் நம்பிக்கை இல்லாதவனாக) அப்படியா? மாதவி... என்னை மறுபடியும் கண்ணகியிடம் போய்விடத் தூண்டுகிறாயா?

மாதவி: ஆமாம். வாஸ்தவமாகச் சொல்லுகிறேன். கண்ணகி உங்களுக்கு உதவுவாள்.

கோவ: *(தயக்கத்துடன்) அப்போது நாம்? நம்முடைய இந்த வாழ்க்கை?*

மாதவி: *(தன் தோல்வியை ஒப்புக்கொள்ளும் ரீதியில்)* சென்றதை மறந்து விடுங்கள். நான் ஒரு தேவதாசி. இதுவரையில் நான் பயின்று வந்த உபாயங்களுக்கு இனிமேல் அவசியமில்லை. நீங்கள் எங்கள் குல தந்திரங்களைக் கண்டுகொண்டு விட்டீர்கள்.

கோவ: *(சமாதானம் அடையாதவனாக)* மாதவி ! நான் நிஜமாகச் சொல்லுகிறேன். உன்னுடைய இந்த மாறுதலே எல்லாவற்றுக்கும் காரணம். உன் முகத்தில் ஒளி குன்றினது மாத்திரம் அல்ல. உன் பேச்சே விநோதமாக இருக்கிறது; அதைக் கேட்டால் எனக்கு அச்சம் உண்டாகிறது.

மாதவி: அனாவசியமாக உங்கள் மனத்தை அலட்டிக்கொள்ள வேண்டாம். எது நடக்க வேண்டுமோ அது நடந்தே தீரும். இனிமேல் மாதவி மறைவாள்; கண்ணகி துணை இருப்பாள். நிம்மதியுடன் போய் வாருங்கள்.

கோவ: நான் நினைத்தது சரி. இல்லாவிட்டால் இத்தனை பசையில்லாமல், தணிப்புடன் விடை கொடுக்க உன் மனம் இணங்குமா?

மாதவி: *(மிக்க வேதனையுடன் சிரிக்கிறாள்)* காதல் என்பது என்னவென்று புலப்பட்டு விட்டது. அதனால் அப்படிப் பேசினேன்.

கோவ: அது என்னவோ?

மாதவி: உங்களைப் பொறுத்தவரையில் ஒரு அனுபவம்.

கோவ: *(கோபத்துடன்)* மாதவி...

மாதவி: இல்லை, ஒரு கனவு என்று வைத்துக் கொள்ளுங்களேன்!

காட்சி 2.

கனாத்திறமுரைத்த காதை

(இடம் - கண்ணகி வீடு. நேரம் - அதே தினம். சந்தியாகாலம். கண்ணகியும், அவள் தோழி தேவந்தியும் பேசிக்கொண்டிருக்கிறார்கள்.)

தேவந்தி: என்னால் உன் மனப்போக்கை கணிக்க முடியவில்லை. இத்தனை பாராமுகமாக இருக்கும் புருஷன் திரும்பி வருவானா?

கண்ணகி: ஒருவேளை வந்தால்? என்றைக்காவது தப்பித்தவறி மாதவியின் சூழ்ச்சி வெளியாகலாம். அப்போது அவளை வெறுத்து கோவலன் என்னிடம் வரக்கூடும்.

தேவ: கண்ணகி, அப்படி வருகிறவரை அன்புடன் எப்படி ஏற்க முடியும்?

கண்: ஏன் முடியாது?

தேவ: பரஸ்திரீயிடம் மோகம் கொண்டு, சொந்த மனைவியைத் தவிக்க விட்டவரிடம், நீ உயர்ந்த குணங்களை எதிர்பார்க்கிறாயா?

கண்: அவருடைய குணங்களைப் பற்றி ஏன் கவலைப்பட வேண்டும்? மாதவிக்குச் சொந்தமானவர் கண்ணகியைப் பார்ப்பாரா என்பதுதான் நம்முடைய தற்போதைய பிரச்னை. ஏதோ ஒருவித நப்பாசையினால் பீடிக்கப்பட்டவர்...

தேவ: என்ன? ஊரெல்லாம் பேச்சாக இருக்கும் 'கோவலன் - மாதவி' தெய்வீகக் காதலையா நப்பாசை என்று சொல்லுகிறாய்?

கண்: ஆமாம். அதற்கு நீ என்ன பெயர் வேணுமானாலும் கொடு. அது நீடிப்பது கஷ்டம்.

தேவ: கண்ணகி, அப்போது காதலுக்குக்கூட கட்டுப்படாமல்

மாதவியைவிட்டு வரப்போகும் கோவலனை நீ எவ்வித மாக வசப்படுத்துவாய்?

கண்: *(எல்லாம் தெரிந்தவள் போல் சிரிக்கிறாள்) மனிதனுக்கு காதல் வெறி அடங்கியதும், தன்னைப் பற்றிய நினைவும் வரும். தன்னலமே பிறகு அவனை ஆளும். மாதவியின் பாலுள்ள மருட்சி மறைந்ததும், கோவலனுக்குத் தன் குலத்தின் பெயர், மானம், கீர்த்தி என்ற நினைவுகள் வரும். இழந்த சொத்தை மீட்க எண்ணுவார்; என்னிடம் வருவார்.*

தேவ: *(மலைப்புடன்) அவ்விதமாகத் திரும்பி வருபவர் உன்னிடம் பிரியம் காட்ட முடியுமா?*

கண்: *பிரியம் எதற்காக? என்னைப் பாருங்கள், என் அழகைப் பாராட்டுங்கள் என்று அவரை வற்புறுத்தி, மாதவியைப் போல் வீண் இம்சை செய்ய மாட்டேன். அதற்குப் பதிலாக அவரை அன்புடன் வரவேற்று, அரவணைத்துப் பேசுவேன். இங்கிதத்துடன் யோசனை கூறுவேன். என்னுடைய உதவியால் அவருடைய இச்சைகள் பூர்த்தியாகுமென்ற நம்பிக்கையை உண்டாக்குவேன்.*

தேவ: *கண்ணகி, நீ இதைப்பற்றிப் பலவாறு யோசித்திருக்கிறாய் என்று தெளிவாகத் தெரிகிறது.*

கண்: *(கனல் மூச்சுடன்) ஊம்... அந்த நாளுக்காக எவ்வளவு வருஷங்களாகக் காத்திருக்கிறேன் தெரியுமா? என் பொருள் என்னிடம் சேருமா? (அவள் தொனியில் ஏக்கம்.)*

தேவ: *உன் மனதில் வருத்தமும் வேதனையும் இருப்பதை நான் வெகுவாக அறிவேன். ஆனால் இத்தனை பொருமலும், வெம்மையும் இருப்பதை இப்போதுதான் உணர்ந்தேன்.*

கண்: *ஒரு நாளா, இரண்டு நாளா? தேவந்தி, காதலுக்காக*

ஏங்கி ஏங்கி நான் அலுத்து விட்டேன். வரவர என் மனத்தில் அவரை மாதவியிடமிருந்து மீட்க வேண்டும் என்ற எண்ணமே மேல் நிற்கிறது. அப்படி அவர் வந்தால், என்னிடம் அன்பு காட்ட வேண்டாம்; என்னிடம் மதிப்புக் கொண்டு என்னை அண்டி இருக்க வேண்டும். இதுவே என் அபிலாஷை.

தேவ: *என்ன, அன்பு வேண்டாமா?*

கண்: *ஆம். கோவலனுடைய காதலைவிட, இணக்கமே எனக்கு முக்கியமாக வேண்டியது. அது கிடைத்தால், இத்தனை நாட்களாக நான் கொண்ட பொறுமைக்கு அதைத் தக்க வெகுமதியாகக் கொள்வேன்.*

தேவ: *உன் மனப்பான்மை விசேஷமாக இருக்கிறது. இருந்தாலும் உன் ஆசை நிறைவேறக்கூடும். எப்போவாவது ஒரு சமயம் ஆனாலும், கோவலன் இங்கே வந்து போகிறார் அல்லவா? அவருக்கு உன்னிடம் அக்கறை இல்லாமல் இல்லை.*

(அப்போது கோவலன் வருகிறான். கண்ணகி மரியாதையுடன் அவனை வணங்கி நிற்கிறாள். தோழி, தேவந்தி கும்பிடு போட்டு விட்டு விலகுகிறாள்.)

கோவ: *(கண்ணகி தனக்கு செலுத்தும் மரியாதையைக் கண்டு எரிச்சலுடன்) போதும்... இந்தப் பாசாங்கு. என்னைக் கண்டால் பிடிக்கவில்லை என்று பச்சையாகச் சொல்லுவதற்கு பதிலாக, ஏன் இந்த ஜாலம்?*

கண்: *(அமைதியுடன்) காரணமில்லாமல் எதற்காக இத்தனை கடுகடுப்பு?*

கோவ: *என்னுடைய நடத்தையைக் குத்திக் காட்டுவதுபோல் இருக்கிறது, நான் வரும்போதெல்லாம் நீ காட்டும் பணிவு.*

கண்: *அப்போது நான் கோபித்துக் கொண்டிருந்தால், உங்களுக்குப் பிடிக்குமா?*

கோவ: பிடிக்காது. ஆனால் உனக்கு என் மேல் கோபம் என்றாவது தெரிந்துகொள்வேன்.

கண்: (தன் சந்தோஷத்தை மறைத்துக்கொண்டு) என் மனோநிலைமையைப் பற்றி உங்களுக்குக் கவலையிருக்காது என்று நினைத்து இதுவரையில் என் வேதனையை நான் காட்டிக் கொள்ளவில்லை.

கோவ: ஓஹோ – உனக்குக் கோபம், வேதனை என்பதான உணர்ச்சிகள் ஏற்படுமா?

கண்: உணர்ச்சிகள் உண்டு. அதற்கு மேல் ரோஷமும் வைராக்கியமும் உண்டு.

கோவ: (முணுமுணுத்தபடி) உணர்ச்சிகளா? இதுவரையில் உன்னை ஒரு கற்பரசி, ஆனால் கற்பதுமையுங்கூட என்று அல்லவா எண்ணியிருந்தேன்.

கண்: என் மனதை வெளியிட்டு என்ன பிரயோசனமென்று இருந்தேன். உங்கள் கவனம் வேறு இடத்தில் இருக்கும் போது நான் உங்களை வற்புறுத்தினால் உங்களுக்கு அனாவசிய கசப்பே உண்டாகும்.

கோவ: கண்ணகி, நீ மிகவும் புத்திசாலி.

கண்: (நிதானத்துடன்) மானமுள்ளவள் என்று சொல்லுங்கள். கணவனாக இருந்தால் கூட அவனுக்குப் பிடிக்காவிட்டால், அவனை நெருங்கிப் பேசக் கூசுபவள் என்று நினையுங்கள்.

கோவ: அவன் மனம் மாறிவிட்டால்?

கண்: அப்படி நடக்க எனக்கு யோகமில்லை.

கோவ: நடந்தால்?

கண்: (விஷயம் எந்த திக்கை நோக்கிப் போகிறது என்று ஊகித்தவாறு) உங்கள் உள்ளம் மறுபடியும் என்னை நாடும் பட்சத்தில் கிடைக்கக்கூடாத அந்த சௌபாக்கியத்தை நான் மிதமாகப் பகிர்ந்து கொள்வேன்.

கோவ: *அப்படி என்றால்?*

கண்: *எப்போதும் கொஞ்சிக் குலாவி என் அன்பினால் நீங்கள் சலிப்புறச் செய்ய மாட்டேன். மிதமாகவும் இங்கிதமாகவும் உங்களுக்கு வேண்டிய மாதிரியில் பழகுவேன்.*

கோவ: *(கொஞ்சம் உறுதிப்பட்டு, சிறிது நம்பிக்கை கொண்டவனாக) கண்ணகி, உன்னிடம் ஒரு விஷயம் சொல்லக்கூட வெட்கமாய் இருக்கிறது.*

கண்: *என்ன செய்தி?*

கோவ: *அதுதான் என்னுடைய மடமையை எப்படிச் சொல்ல ஆரம்பிப்பது என்று பார்க்கிறேன். உன்னுடைய புத்திசாலித்தனமான பேச்சு எனக்குக் கொஞ்சம் தைரியத்தைக் கொடுக்கிறது.*

கண்: *நீங்களா முட்டாள்தனமாக நடந்து கொண்டீர்கள்! அதை எப்படி நம்புவது?*

கோவ: *ஆமாம்... எல்லாம் அந்த மாதவியால் விளைந்தது.*

கண்: *(தன் சந்தோஷத்தை அடக்கியவாறு) என்ன செய்தாள்?*

கோவ: *காதல், காதல் என்று சொல்லி என்னை இத்தனை தூரம் வெகுவாறாக மயக்கி வந்துவிட்டாள்.*

கண்: *அப்படியா? அவள் உங்கள் பேரில் அத்தியந்த பிரியம் வைத்திருக்கிறாள் என்று அல்லவா நினைத்தேன்!*

கோவ: *அப்படித்தான் நினைத்து நானும் இதுவரையில் ஏமாந்து போனேன். சிறிது நாட்களாகவே எனக்கு அதைப் பற்றி சந்தேகம். இன்று அவளுடைய நடத்தை அது விஷயத்தை ஊர்ஜிதப்படுத்திவிட்டது.*

கண்: *(கண்களில் தோன்றிய வெற்றிக் குறியை மறைக்க சிரமப்படுகிறாள்) அப்படியா? உங்களிடம் பொய் அன்பு காட்டி பாசாங்கு செய்து வந்தாளா?*

கோவ: (சற்றுத் தடுமாறியபடி) அப்படிச் சொல்ல மாட்டேன். ஆனால் ஆண்களுடைய அன்புக்கு எல்லையுண்டு என்றாள். காதல் ஒரு கனவு என்றாள். என் முயற்சி இனி பலியாது என்றாள். அவளுக்குப் பிடிக்கவில்லை என்பதை மறைத்து, எல்லாவற்றுக்கும் என்னுடைய பாராமுகமே காரணமென்று விளக்கினாள்... கண்ணகி, இனிமேல் கொஞ்சும் பெண்களைக் கண்டு நான் சந்தேகித்தால், அதற்குத் தகுந்த காரணம் இருக்கிறது என்று தெரிந்துகொள்.

கண்: மிகவும் சரி. நிஜ அன்பு இருக்கும் பட்சத்தில், கண்ணே, பொன்னே என்று கூவிக் கூத்தாட வேண்டிய அவசியம் ஏது?

கோவ: (திருப்தியுடன்) அதுதான் சொல்ல வந்தேன். உன் புத்தி சூட்சுமத்தை மெச்ச வேண்டியதுதான். கண்ணகி... வந்து... நான்... மாதவியை விட்டுவிட்டேன். ஆனால், என்னை மறுபடியும் ஏற்றுக்கொள் என்று உன்னைக் கேட்கவே லஜ்ஜையாய் இருக்கிறது.

கண்: எதற்காக நீங்கள் வருத்தப்பட வேண்டும்? இந்த நாளை உத்தேசித்துத்தானே இத்தனை வருஷங்களாக நான் தவம் கிடக்கிறேன்!

கோவ: (வருத்தம் தோய்ந்த குரலில்) கண்ணகி, உன்னை நிராகரித்தேன்; திரும்பிப் பார்க்காமல் அலட்சியம் செய்தேன். என் சொத்தை இழந்ததும் அல்லாமல் உன்னுடையதையும் அழித்தேன். மாதவியால் மனம் உடைந்தேன். இப்போதும் என் கையில் காசும் இல்லை, இருதயத்தில் காதலும் இல்லை. என்னைக் கணவனென்று சொல்ல உனக்கு வெட்கமாகக்கூட.....

கண்: சீ... சீ... (அவன் வாயைப் பொத்துகிறாள்) என்னுடைய சொத்தாக இருந்தால் என்ன, உங்களுடையதாக இருந்தால் என்ன... இரண்டும் ஒன்றே.

கோவ: (அவளை நம்ப முடியாமல்) கண்ணகி, உன்னுடைய

மனப்பான்மை விசித்திரமாக இருக்கிறது. உன்னை எப்படி நம்புவது. உனக்கு துன்பமே கொடுத்து வந்த என்னை இவ்வளவு சமாதானமாக ஏற்க உன்னால் எப்படி முடிகிறது? நீ ஆத்திரத்துடன் பழிவாங்க முன்வந்திருந்தால், எனக்குக் கோபம் வந்தாலும், அதைப் புரிந்துகொண்டிருப்பேன். இந்த விசேஷ விரக்தியைக் கண்டு எனக்கு திகைப்பாக இருக்கிறது.

கண்: போகப்போக உங்களுக்கு என்னிடம் நம்பிக்கை பிறக்கும். நான் செய்யப்போகும் காரியத்திலிருந்து உங்களுக்கு என்மேல் நல்ல அபிப்பிராயமும் மதிப்பும் உண்டாகும், பாருங்கள்.

கோவ: நீ செய்யப்போகும் காரியமா... என்ன செய்யப் போகிறாய்?

கண்: இழந்த உங்களுடைய செல்வத்தை மீட்க வழிதேடப் போகிறேன்.

கோவ: *(களிப்புடன்)* அப்படியா? கண்ணகி, என் தேவி... நீ என் குலவிளக்காய் வரப்போகிறாயா?

கண்: *(தான் ஊகித்தது சரி என்று அறிந்துகொண்டு)* ஆமாம். என்னிடம் இரண்டு சிலம்புகள் இருக்கின்றன. அவற்றை விற்று...

கோவ: *(அவனுள் எழும்பியிருந்த புதிய ஆர்வம் குன்ற)* என்ன? மறுபடியும் உன் நகைகளை விற்றுச் சாப்பிடுவதா?

கண்: *(சமாதானமாக)* முதல் இருந்தால்தானே வர்த்தகம் தொடங்கலாம்! அப்புறமாக நீங்கள் ஏகமாக நகைகள் செய்து என்னைச் சிங்காரியுங்களேன்.

கோவ: *(யோசித்தபடி)* உன்னுடைய புத்திமதியும், யோசனையும் நான் எதிர்பார்த்ததிற்கு மேல் இருக்கிறது.

கண்: *(வேடிக்கை போல்)* அப்படியா? அப்படியானால், வியாபாரம், விவகாரம் எல்லாவற்றையும் என்னிடமே விட்டுவிடப் போகிறீர்களா?

கோவ: *(கவலை தீர்ந்தவனாக)* அதுதான் தேவலை; இத்தனை வருஷங்களாக நான் என்னுடைய தொழிலைச் சரியாக கவனிக்கவில்லை. அதன் நிலைமை எப்படியென்று கூடத் தெரியாது. மறுபடியும் வர்த்தகத்தில் புகக்கூட கூச்சமாய் இருக்கிறது.

கண்: பேசாமல், எல்லாவற்றையும் என் கையில் விட்டுவிட்டு நிம்மதியாக இருங்கள். பெருங்குடியர் குலக்கீர்த்தி மறுபடியும் ஓங்கி வளரச் செய்கிறேனோ இல்லையா பாருங்கள். இதோ, பார்த்தீர்களா உங்கள் குடும்பச் சொத்தின் கணக்கு வழக்குகள். *(புஸ்தகங்களைக் காட்டுகிறாள்)* இத்தனை நாட்களாக இவற்றைக் கவனத்துடன் எழுதி வந்திருக்கிறேன். இதிலிருந்து உங்கள் விஷயங்கள் அவ்வளவு மோசமில்லை என்று தெரியவரும். கொஞ்ச நாட்களுக்கு சிரமப்பட்டோமானால்....

கோவ: அதுதான் விஷயத்தை உன் கையில் விட்டுவிட்டேனே! உன் யோசனைப்படி செய்.

கண்: *(கணக்குப் போடுகிறாள்)* என்னிடம் ஒரு காறை, இரண்டு மணி மாலைகள், ஒரு ஜோடி சிலம்பு - இத்தனையும் இருக்கின்றன. பேசாமல் இந்த ஊரைவிட்டு வேறு இடம் பார்த்துப் போய்விட்டால்...?

கோவ: சரியான பேச்சு. பேசாமல் மதுரை போவோம்; வா.

கண்: அங்கே இந்த நகைகளை விற்றால், ஒரு மாதம் சாப்பிடலாம். வியாபாரத்திற்கு வேண்டிய சரக்குகளையும் சேர்க்கலாம். சிறிது காலம் மதுரையில் பாடுபட்டு உழைத்தோமானால், மறுபடியும் புகழுடன் புகார் வந்து, உங்கள் தந்தையின் வணிகத் தொழிலை கௌரவமாக நடத்தலாம்.

கோவ: *(பெருமிதத்துடன்)* கண்ணகி! உன் உற்சாகம், உன் ஊக்கம், உன் அடக்கம்... இவை என்னை திகைக்க வைத்து திக்குமுக்காடச் செய்கின்றன.

கண்: (சந்தோஷத்துடன் கூவுகிறாள்) வாருங்கள் மதுரைக்குக் கிளம்புவோம். புதிய வாழ்வை நோக்கி!

கோவ: இதென்ன! நம்ப முடியாத அதிர்ஷ்டம் வாய்த்திருக்கிறது! இத்தனையும் ஆன பிறகு தனலட்சுமி தானாகவே என்னைப் பார்த்து ஓடிவருகிறாளே! என்ன திரவியத்தின் காந்தம்! காதலைவிட இந்தப் புதிய இச்சையில் கவர்ச்சியும் விறுவிறுப்பும் இருக்கிறாற் போல் தெரிகிறதே!

காட்சி 3.

வழக்குரை காதை

(இடம் மதுரை. பாண்டிய மன்னனுடைய தனிப்பேட்டி காணும் அரண்மனை அறை. பாண்டியன் நெடுஞ்செழியனிடம் கண்ணகி முறையிடுகிறாள்.)

கண்ணகி: அரசே, தீர விசாரியாமல் கோவலனைக் குற்றவாளி என்று முடிவு செய்து, அவனைக் கொலை செய்ய விதித்தீர்களே!

நெடுஞ்செழியன்: பெண்ணே! நிதானமாகச் சொல்லு. நீ யாரிடம் பேசுகிறாய் என்பதை மறந்து விடாதே!

கண்: எப்படி மறப்பது! நெடுஞ்செழியன்! பாண்டிய குலத் திலகத்தை மறக்கமுடியுமா! புகழ் பெற்ற உங்கள் குடும்பப் பெயரை நாசம் செய்தீர்களே!

நெடு: உன்னுடைய பரிதாபகரமான சரித்திரத்தைக் கேள்விப்பட்டு, நான் உன்னை இப்படி ரகசியமாகப் பார்க்க ஒப்புக்கொண்டேன். அதற்காக வரம்பை மீறி வார்த்தைகளைக் கொட்டாதே!

கண்: உங்கள் குலத்தைப் பற்றி உங்களுக்குப் பெருமை என்றால் என் குலத்தைப் பற்றி எனக்கும் கர்வமுண்டு; கர்வமுற காரணம் இருக்கிறது. கேளுங்கள், கொஞ்சம்;

நான் புகாரில் சிறப்புடன் வாழ்ந்த வர்த்தக ராஜா மாநாய்கன் மகள். உங்கள் தேவியின் சிலம்பைப் போல் எனக்கு இருநூறு ஜோடிகள் இருந்தன. (அவள் முகம் உஷ்ணத்தினால் சிவக்கிறது.)

நெடு: *(அலட்சியமாய்) ஆமாம். புகார் வர்த்தகக் குடும்பங்களைப் பற்றிக் கேள்விப்பட்டிருக்கிறேன். அவர்கள் தங்கள் செல்வத்தை தேகத்திலேயே போர்த்துக் கொள்ளும் மரபு வாய்ந்தவர்கள் என்று சொல்லுவார்கள்.*

கண்: *(உதடுகள் துடிக்க) அரசே, யோசித்துப் பேசுங்கள். கூடிய சீக்கிரத்தில் ஒரு மகா பெரும் அதிர்ச்சி உங்களைத் தாக்கப்போகிறது. (நெடுஞ்செழியன் லேசாகச் சிரிக்கிறான். பெருந்தேவி, அவன் துணைவி, வருகிறாள்.)*

நெடு: *வா, தேவி! இந்த வேடிக்கையைக் கவனி. ஒரு பெண் பாண்டியனை வெருட்டுவது என்றால் விளையாட்டாகத் தானே இருக்கும். இவள் பெயர் கண்ணகி - புகாரைச் சேர்ந்த செல்வந்தர் இல்லத்தில் பிறந்தவள். சிலம்பு திருடியவன் என்று அவள் கணவன் மேல் நான் அநியாயமாகப் பழி சுமத்தி அவனைக் கொன்றுவிட்டேன் என்று என்னுடன் வழக்குத் தொடர வந்திருக்கிறாள்.*

பெருந்: *அப்படியா? கண்ணகி, பாண்டிய வம்சத்தாரின் கீர்த்தி அவர்களுடைய தர்மத்தினால் பெருகி வருகிறது என்று நீ அறியாயா?*

கண்: *(பெருந்தேவியைக் கவனிக்காமல்) அரசே, யோசித்துப் பேசுங்கள். கோவலனைக் கொலை செய்வது என்ற முடிவுக்கு எப்படி வந்தீர்கள்?*

நெடு: *சிலம்புடன் அவனைக் கையும் களவுமாகப் பிடித்தது போதாதா?*

கண்: ஐயோ! அநியாயக் கொலை! கள்வன் என்னும் பழியைக் கூட சகிக்கலாம், மரணத்தை எப்படி பொறுமையுடன் ஏற்பது. இத்தனை நாட்களாக மனதிற்குள் போட்ட திட்டங்கள் பாழாயினவே...

பெருந்: பெண்ணே! கணவன் கள்வன் என்று பெயர் கேட்டது உனக்குப் பெரிதாக இல்லையா? நீ பேசுவது விசித்திரமாய் இருக்கிறது.

கண்: (மறுபடியும் பெருந்தேவியை அசட்டை செய்துவிட்டு அரசனுடன் பேசுகிறாள்) உங்களுடைய துப்பறிவையும் ஆலோசனையையும் மெச்ச வேண்டும். ஒரே ஒரு சந்தேகம். உங்கள் தேவியின் சிலம்பிலுள்ள பரல் எவ்விதமானது?

நெடு: முத்து...

கண்: அப்படியானால் திருடியது என்று சொன்ன அந்த என்னுடைய சிலம்பை இங்கே கொண்டு வர உத்தரவிடுவீர்களா?

(பாண்டியன் 'அப்படியே செய்' என்று வாயில் காப்போனைப் பார்த்து சமிக்ஞை செய்கிறான். அவன் போகிறான்.)

பெருந்: அம்மா, கொஞ்சம் நிதானித்துக்கொள். விஷயம் தெளியுமுன் அனாவசியமாக இரையாதே.

கண்: என்ன சொன்னீர்கள், தேவி. ஒரு பெண் பல வருஷங்களாகத் தனக்கு வாய்க்கப்போகும் இன்பத்திற்காகக் காத்திருக்கும்போது கைக்கு எட்டினது வாய்க்கு எட்டவில்லை என்பது போல் வெடுக்கென்று கணவன் ஆவியைக் கொத்திக்கொண்டு சென்றவனைப் பழிக்க மாட்டாளா?

பெருந்: இருந்தாலும் பொறு. கண்ணகி, உனக்கு ஏமாற்றம் அதிகமா, துயரம் அதிகமா... எனக்குப் புரியவில்லை.

(வாயில்காப்போன் சிலம்புடன் வருகிறான். கண்ணகி பாய்ந்து சென்று அதை வெடுக்கென்று அவன் கையிலிருந்து பிடுங்கி, ஆத்திரத்துடன் மண்டபத்தின் பளிங்குக் கல்மேல் வீசி எறிகிறாள். சிலம்பு உடைந்து மாணிக்கக் கற்கள் நாலாபக்கமும் சிதறி விழுகின்றன.)

கண்: *அரசே, பாருங்கள், இதோ! என் சிலம்பின் பரல் மாணிக்கம் பாண்டிய குலத்தின் பரம்பரை வீரச் செருக்கை உடைத்து ஆயிர ரத்தத்துளிகளாகச் சிதறி அடிப்பது போல் இவை தெறித்து விழுகின்றன.*

(தலைவிரிகோலமாக அவள் ஆவேசத்துடன் கதறுகிறாள். பாண்டியன் பரலைக் கண்டவுடன் நடுங்கிவிடுகிறான். கண்ணீரும் கம்பலையுமாகக் காட்சியளிக்கும் அவள் தோற்றம் பயங்கரமாக இருக்கிறது.)

நெடு: *ஐயோ! என்ன அநீதி இழைத்துவிட்டேன். ஊழிக்காலத்தின் நாராசம் போல் இந்தச் சிலம்பு சிதறும் ஒலி என் மண்டையைப் பிளந்துவிட்டதே!*

(மேலே பேச நா எழாமல், தன் ஆசனத்தில் மயக்கமாய் சாய்கிறான். பெருந்தேவி அவனை ஆசுவாசப்படுத்தி, அன்புடன் அணைத்துக்கொள்கிறாள். பிறகு கண்ணகி பக்கம் திரும்பி...)

பெருந்: *கண்ணகி, பொறுத்துக்கொள். நேர்மை தவறாத வேந்தன் உயிருக்கு ஆபத்து வரப் போகிறது!*

கண்: *பொறுப்பதா... எதற்காக! என் கணவனை அவித்த இந்த ஊரையே தகனம் செய்து விடும் போலிருக்கிறதே என் இருதயத்தைச் சுடும் தீக் குழம்பு. அந்த அநியாய தீவினையின் பயனாகப் பற்றி எரியும் என் உள்ளத்தின் வெம்மை இந்தப் பாண்டிய குலத்தையும் அரசையும் அழிக்க வல்லது. தேவி! சதா கணவனின் இதமான இன்ப அணைப்பிலேயே இருக்கும் உனக்கு என்னுடைய இருதய இறுக்கத்தைப் பற்றி என்ன தெரியும்?*

பெருந்: (நிதானத்துடன்) நான் நினைத்ததுதான். உன் சரிதையைப் பற்றிக் கேள்விப்பட்டேன். இத்தனை நாட்களாக பரஸ்திரீயின் மேல் மோகங் கொண்டவன் மீது உண்மை பக்தி எப்படி உண்டாகும் என்று பார்த்தேன். இப்போது தெரிந்தது.

கண்: (தடுமாற்றத்துடன்) என்ன... நீங்கள் என் வெதும்பும் உள்ளத்தை உணர்ந்துவிட்டீர்களா?

பெருந்: ஆமாம். உண்மை அன்பை மனமார கண்டு களித்தவர்களுக்கு, அது இல்லாவிட்டால் எப்படி இருக்கும் என்று கற்பனை செய்யும் தன்மை உண்டு.

கண்: அப்படியா? அப்படியானால், கோவலன் மாதவியுடன் கழித்த தினங்களை நான் எப்படி ஓட்டினேன், சொல்லுங்கள் பார்க்கலாம்.

பெருந்: முதலில் விரகதாபத்தினால் மிகவும் துன்பப்பட்டிருப்பாய். அப்புறம் அது வீம்பாக மாறி...

கண்: தேவி, நீங்கள் பெண்ணின் அகத்தைத் தெரிந்து கொண்டவர். நீங்கள் சொன்னது யாவும் சரி. முதலில் என் மனம் உருகிற்று. அந்த வெப்பத்தின் உக்கிரம் என்னைக் கொன்றுவிடும் என்று எண்ணினேன்; ஆனால் அப்படியாகவில்லை. அதற்குப் பதிலாக என் இருதயம் மெதுவாக சருகைப் போல் காயத் தொடங்கியது.

பெருந்: அப்படி என்றால்?

கண்: ஒரு பெண்ணின் ஆசை, ஆண் தனக்கு அடிமையாக வேண்டும் என்பதே. அந்த இச்சையை அன்பின் மூலமாக பூர்த்தி செய்து கொள்ள முடிந்தால் அவள் பாக்கியசாலி. என்னால் அது முடியவில்லை. மாதவியுடன் தன்னை ஐக்கியமாக்கிக் கொண்ட கோவலன், வேறு பெண்ணைக் கண்ணெடுத்தும் பார்க்க மாட்டார் என்று நான் அறிவேன். வெறிகொண்ட

காதல் அவ்விதம்தான். அவளை வெறுத்து, இனிமேல் பெண்ணாசையே வேண்டியதில்லை என்ற முடிவு கட்டிய பிறகுதான் அவர் என்னிடம் வருவார் என்று நான் புரிந்துகொண்டேன்.

பெருந்: அப்போது உன் மேல் அவன் அன்பு வைப்பான் என்று நீ எதிர்பார்க்கவில்லையா?

கண்: இல்லை. மாதவியால் அவர் ஏமாற்றப்பட்டு வந்தால் பிறகு எந்தப் பெண்ணின் அன்பைக் கண்டாலும், சந்தேகம்தானே கொள்வார்?

பெருந்: அப்போது அவர் திரும்பி உன்னிடம் வந்தபோது, நீ உன் காதலை ஒளித்தாயாக்கும்?

கண்: இல்லை.

பெருந்: (வியப்புடன்) நீ சொல்லுவது கோவையாக இல்லையே?

கண்: நான் எதையும் ஒளிக்கவில்லை... என் காதல் மறைந்துவிட்டது.

பெருந்: நான் எதை நம்புவது? ஒரு சமயம் அவனுக்காக உள்ளம் உருகினாய் என்கிறாய், ஒரு சமயம் அவன்மேல் கொண்ட அன்பு மங்கிவிட்டது என்கிறாய்...

கண்: இரண்டும் நிஜம். முதலில் என் உள்ளம் எந்நேரமும் கோவலனை நினைத்து மறுகிற்று. ஓய்வு, ஒழிவு இல்லாமல் என் மனம் சதா அவரையே நாடிற்று. ஆனால் எதற்கும் ஒரு முடிவு உண்டு அல்லவா? ஒரு நாள் என் கண்ணீர் சுரக்க மறுத்து விட்டது. சீ... இதென்ன என்னை மருவ மனம் கொள்ளாதவர் பேரில் இத்தனை நாட்டமா என்று எண்ணினேனோ இல்லையோ, என் காதல் அந்த இடத்திலேயே கரைந்து போய் விட்டது. ஆனால் அதைவிட தீவிரமான ஒரு புது ஆசை அதற்குப் பதில் என் உள்ளத்தில் எழுந்தது.

பெருந்: நீ சொல்லுவது இப்போதுதான் மங்கலாக விளங்குகிறது.

அன்பின் மூலம் அவனைப் பெற முடியாவிட்டால் வேறுவிதமாக....

கண்: *(தலையை அசைத்தவாறு)* ஆமாம். மயக்கம் தெளிந்து திரும்பி வரும் கோவலன், தன் பெயர், குலத்தின் கீர்த்தி, திரவியம், இவற்றை மறுபடியும் நிலைநாட்டுவதிலேயே கருத்தாக இருப்பார். அவருடைய இச்சையைப் பூரணமாக நிறைவேற்றி விடவேண்டும் என்று நான் திட்டம் போட்டேன்.

பெருந்: உன் திட்டங்கள் அழிந்தன என்று நீ கதறினதும் எதைக் குறிப்பிடுகிறாய் என்று திகைத்தேன். இப்போதுதான் புரிந்தது. பல வருஷங்களாக அன்புக்காக ஏங்கி ஏங்கி, காத்து அலுத்துவிட்டாய். இன்பம், கூடுதல், காதல், ஊடல் யாவும் உனக்கு அர்த்தமற்றதாய் ஆகிவிட்டன. உன்னுடைய நோக்கமெல்லாம் ஒன்று... அதாவது இத்தனை நாட்களாக உன்னைத் துன்புறுத்தித் தவிக்க விட்டதற்காக, பாக்கி நாட்களுக்கு கோவலனை உனது அடிமை ஆக்கிக்கொள்ள வேண்டுமென்பது.

கண்: *(கண்கள் பளபளக்க)* ஏன் கூடாது? இந்த இச்சையை நான் வளர்த்துக்கொண்டே வந்தேன் என்று சொல்லுவேன். அதற்கு மேலும் மேலும் அவா ஊட்டி வந்தேன். கோவலன் வந்தால், அவரிடம் அப்படிப் பேசவேண்டும், இப்படிச் சொல்ல வேண்டும் என்று கனவுகள் கண்டேன். என்னுடைய விருப்பப்படி அவர் நடக்க, அவருடைய சுதந்திரத்தை எப்படிக் கட்டுப்படுத்துவது என்று யோசித்து யோசித்துப் பார்த்தேன். இப்படி சதா இதைப்பற்றித் தீவிரமாக சிந்தனை செய்து, என்னுடைய அபிலாஷை ஒரு வைராக்கியமாக மாறிவிட்டது. உண்மையில் நான் அதை ஒரு நோன்பாகக் கொண்டுவிட்டேன் என்றுகூடச் சொல்லலாம்.

பெருந்: *(மேலே நடந்ததைத் தெரிந்துகொள்ள ஆசைப்பட்டு)* கடைசியாக கோவலன் வந்தவுடன் என்ன செய்தாய்?

கண்: *நான் அதிகமாக என் ஆசையைக் கொட்டிவிடுவேனோ என்று அவர் பயப்படுவது எனக்குத் தெரிந்தது. உடனே நான் அவரை மலர்ச்சியுடன் வரவேற்று அவருடைய விருப்பங்களுக்கு ஊக்கம் அளித்தேன். அவருக்கு வேண்டிய செல்வாக்கையும் பொருளையும் மீட்க வழி சொன்னேன். என்னுடைய அடக்கம் அவரை வென்றுவிட்டது. அவர் பயம் தெளிந்து என்னுடன் புறப்பட்டு வர ஒப்புக்கொண்டார். என் யோசனைகளையும் புகழ்ந்தார், பாராட்டினார்.*

பெருந்: *இதென்ன பயித்தியக்காரப் பிரயத்தனம்! பெருங்குடியரின் அழிந்த சொத்தை, அந்த மாபெரும் திரவியக் குவியலை, உன்னைப்போலுள்ள ஒரு பெண், ஒரே ஒரு பெண், மீட்க இயலுமா?*

கண்: *ஏன் முடியாது? இந்தச் சிலம்புகள் மிக்க உயர்ந்தவை. மாணிக்கப் பரல் ஓடியவை. அவற்றைக் கொண்டே நான் எங்கள் வர்த்தகத் தொழிலுக்கு முதல் சேர்க்க எண்ணினேன். பாண்டியராஜன் மனைவிக்கு சிலம்புகள் மேல் ஒரு அலாதிப் பிரியம் என்று கேள்வியுற்று மதுரை வந்தோம்.*

பெருந்: *கண்ணகி, உன்னுடைய செயலே உனக்கு வினையாக வாய்த்து விட்டது.*

கண்: *எப்படி?*

பெருந்: *கணவன் உன்னிடம் காதல் கொள்ளவில்லை என்ற ஆத்திரத்தினால் நீ அவனை அடிமை செய்து, அது மூலமாக அவனைப் பழிவாங்க எண்ணினாய். விதி உன்னை ஏமாற்றிவிட்டது.*

கண்: *தேவி, அப்படியா சொல்லுகிறாய்? கணவனைப் பெற விரும்புவது ஒரு அபத்தமா?*

பெருந்: *இல்லை. ஆனால், அன்பு, பக்தி, நேசம் - இவை இல்லாமல் வரும் புருஷனை, அடிமை செய்தாவது*

அடக்கி ஆளுவது பத்தினிகளுக்கு ஒழுங்கல்ல. அதை விட ஊர்மிளை செய்ததைப் போல் கண்ணியமாக விலகியிருக்கலாம். அந்தச் செயல் பெண்ணின் ஆத்மாபிமானத்தை உயர்வாகக் காட்டுகிறது. (பெருந்தேவி பாண்டியனைத் தேற்றி எழுப்பி உட்கார்த்தி வைக்கிறாள்) அரசே, எழுந்திருங்கள். தீர விசாரியாமல் கோவலனுக்கு தண்டனை விதித்ததைப்பற்றி ரொம்ப வருந்த வேண்டாம். அவன் ஒரு பெண்ணின் அகம்பாவத்திற்கு அடிமை ஆவதை விட சாவதை உயர்வாகக் கருதுவான். திக்கற்று, வேறு கதியில்லாமல், கண்ணகியின் ஆபரணங்களை விற்று அவள் இடும் சோற்றை உண்ணுவதைவிட மானமுடன் மரணத்தை ஏற்பது ஆரியப் பண்பு.

முற்றும்

www.ingramcontent.com/pod-product-compliance
Ingram Content Group UK Ltd.
Pitfield, Milton Keynes, MK11 3LW, UK
UKHW042018190726
13854UKWH00005B/2340

9 789393 882752